காடெனும் வரம்

ஹேமலதா

notionpress.com

INDIA • SINGAPORE • MALAYSIA

ISBN 979-8-88733-366-3

பொருளடக்கம்

முகவுரை

இவ்வுலகின் உயிர் கோளத்தில் ஒரு சதவீதம் மட்டுமே விளங்கும் மனிதன் இந்த உலகிற்கே தன்னை முடிசூடா மன்னனாகவும், அனைத்து உயிரினங்களிலும் மேலானவனாகவும் நினைத்து, தனக்கு கிடைக்கயிருக்கும் குறுகிய கால பயன்களை மட்டுமே மனதில் கொண்டு இவ்வுலகை இயக்கி வருவதை வாடிக்கையாக கொண்டுள்ளான். மனிதனின் எண்ணம் இவ்வாறிருக்க, உண்மை என்னவோ முற்றிலும் வேறாக இருக்கிறது. இயற்கை ஒரு சிறிய நுண்ணுயிரியிலிருந்து மிகப்பெரிய உயிரினம் வரை அனைத்திற்கும் ஒரு முக்கிய இடத்தை இந்த உலகில் வழங்கியுள்ளது. அதில் ஏதேனும் ஒரு உயிரினம் தன் நிலை தவறினாலும், இந்த பூமியே நிலை தவறுவதற்கான வாய்ப்புகள் உண்டு. இந்த பூமியின் இயக்கத்தையும் காட்டுயிரினங்களின் சிறப்பையும் எடுத்துக் கூறுவதற்காகவே இந்த புத்தகம் எழுதப்பட்டது. அதற்காக ஏற்கனவே திட்டம் தீட்டி இந்த புத்தகத்தை எழுத வில்லை. திடீரென்று ஒருநாள் 'தமிழ் வி' இணைய இதழின் நிறுவனர் திரு.வெங்கட்ராமன் அவர்கள் கேட்டுக்கொண்டதற்கிணங்க, தமிழ் வி இதழில் முப்பது வாரங்களாக தொடராக எழுதப்பட்டதே காடெனும் வரம். ஒரு குறிப்பிட்ட விலங்கினத்தையோ தாவரயினத்தையோ குறித்து எழுத வேண்டும் என்று எந்தத் திட்டமும் திட்டவில்லை. வனத்துறை அதிகாரியாகவும் எனது சொந்த ஆர்வம் காரணமாகவும் ஒவ்வொரு அத்தியாயமும் எழுதப்படும்போது எந்த உயிரினத்தால் ஆக்கிரமிக்கப்பட்டிருந்தேனோ, அவற்றையே எழுதினேன். அதுமட்டுமின்றி இந்த புத்தகம் முழுவதும்

உபயோகப்படுத்தப்பட்டிருக்கும் புகைப்படங்கள் அனைத்தும் என்னால் பல்வேறு தருணங்களில் எடுக்கப்பட்டவையே. ஓவியங்களும் என்னால் வரையப்பட்டவையே. உலகம் முழுவதும் நடத்தப்பட்ட பல்வேறு ஆராய்ச்சிகளின் தரவுகளின் அடிப்படையிலும், எனது சொந்த அனுபவத்தையும், தற்போது நடைமுறையில் இருக்கும் வனச் சட்டங்களையும் ஆதாரமாகக் கொண்டு இந்தப் புத்தகம் எழுதப்பட்டுள்ளது. இதன் நோக்கம் மனித உள்ளங்கள் அனைவருக்கும் காட்டுயிரினங்களை பாதுகாப்பதின் முக்கியத்துவத்தை உணர்த்துவதும் பிற உயிரினங்களிடமும் மனிதநேயத்துடன் நடந்துகொள்ள உந்துதலாக இருப்பதே ஆகும். அந்த நோக்கம் முழுமையாக நிறைவேறும் என்று நம்புகிறேன்.

ஹேமலதா

எழுத்தாளர்

வரம் 1: சிங்கம்

சில நாட்களுக்கு முன்பு வாட்ஸ்அப் செயலி மூலம் எனக்கு ஒரு தகவல் கிடைக்கப் பெற்றது. இணைப்பில் ஒரு காணொளியும் கிடைக்கப்பெற்றது. காணொளியை திறந்து பார்த்தபோது ஒரு அதிர்ச்சி காத்திருந்தது. திருநெல்வேலி பகுதிகளில் ஒரு சிங்கம் உலவுவதாகும், அதனால் மக்கள் பீதியில் உறைந்து இருப்பதாகவும் கூறியது அந்த தகவல். வாட்ஸ்அப் பல்கலைக்கழகத்தில் பட்டம் படிக்கும் சிலர் அந்த தகவலை பலருக்கு பகிர்ந்து கொண்டிருந்தனர்.

இவ்வுலகில் சிங்க இனங்களில் இரண்டு வகை உண்டு. அவை ஆப்பிரிக்க கண்டத்தில் காணப்படும் ஆப்பிரிக்க சிங்கம் மற்றும் ஆசிய சிங்கமாகும். ஆசிய சிங்கமானது ஆசிய கண்டத்தில் பல நாடுகளில் காணப்பட்டது. ஆம்… காணப்பட்டது. ஒரு காலத்தில் இந்தியாவின் வடக்கு மற்றும் மத்திய மாநிலங்களின் காடுகளில் கோலோச்சிய ஆசிய சிங்கம், தற்போது இந்தியாவின் குஜராத் மாநிலத்தின் கிர் காடுகளில் மட்டுமே உள்ளது. உலகில் வேறு எங்குமே இல்லாத ஆசிய சிங்கத்தை திருநெல்வேலிக்கு வந்ததாக வாட்ஸ்அப்பில் வதந்தி பரப்பியவர்கள் வாழ்க பல்லாண்டு என்று வாழ்த்துவோமாக.

மேலும் தனியாக ஒரு சிங்கத்தை பார்ப்பது மிகவும் அரிது. ஏனென்றால் இவ்வுலகில் நம் மனித இனத்தை போலவே சில உயிரினங்கள் மட்டுமே குழுவாக குடும்பமாக வாழும் தன்மை கொண்டது. மற்ற சிங்க குடும்பங்கள் தங்களின் எல்லையாக நிர்ணயிக்கப்பட்ட பகுதிக்குள் அத்துமீறி நுழைந்து விடாமல் இருப்பதற்கும்,

குழுவாக சேர்ந்து வேட்டையாடி இரையை சேர்ப்பதற்கும், சமூகமாக சேர்ந்து அடுத்த தலைமுறையான குட்டிகளை வளர்ப்பதற்கும் இந்த குடும்பங்கள் என்ற அமைப்பு சிங்கங்களிடம் இயற்கையாகவே அமைந்திருக்கிறது. ஆங்கிலத்தில் "பிரைட்" (Pride) எனப்படும் சிங்கக் கூட்டம் உறவுக்காரப் பெண் சிங்கங்களின் கூட்டமாகும். இவ்வாறு நிரந்தரமான குழுவாக இயங்கும் ஒரு பிரைடிவல் ஒரு ஆண் சிங்கங்களுக்கான குழு வந்து சேரும். இந்த இரண்டு குழுக்களும் சேர்ந்து ஒரு குடும்பமாக வாழும் சில வருடங்களுக்கு பிறகு ஆண் சிங்கங்களுக்கான குழு வேறு ஒரு பிரைடை நோக்கி நகரும். அல்லது வேறு ஒரு மிகவும் ஆதிக்க சக்தி கொண்ட ஆண் சிங்க குழுவால் அந்தப் ப்ரைடு கைப்பற்றப்பட்டு ஏற்கனவே இருக்கும் ஆண்சிங்க குழு வெளியேற்றப்படும். சிங்கங்களும் மனிதர்களைப் போலவே தங்கள் பிழைப்புக்காக, தேவைப்படும் பட்சத்தில் தங்கள் குழுவை விட்டு பிரிந்தோ சேர்ந்தோ வாழும். இதோடு சிங்கங்களின் தனிப்பட்ட வாழ்க்கையை விட்டுவிட்டு அதற்கும் நமக்குமான உறவைப் பற்றி பார்ப்போம்.

காட்டுக்கு ராஜாவான கம்பீரமான ஆசிய சிங்கம் தான் நமது தேசிய விலங்கினம் ஆக இருந்தது. 1972 ஆம் ஆண்டு அந்த பட்டத்தை சிங்கத்திடமிருந்து வங்காள புலி பறித்துக் கொண்டது. புலி பல மாநிலங்களில் பல சூழல் மண்டலங்களில் ஒரு முக்கிய பங்கு வகிப்பதால் கிர் காடுகளில் மட்டுமே காணப்படும் சிங்கங்களை விட அதன் முக்கியத்துவம் குறித்து அனைவரும் தெரிந்து கொள்ளவேண்டியது அவசியம் என்பதால் புலி தேசிய விலங்கினமாக அறிவிக்கப்பட்டது. அந்த காலகட்டத்தில் புலிகளின் எண்ணிக்கை குறைந்த வண்ணம் இருந்ததால் அதை உடனடியாக பாதுகாக்க வேண்டிய அவசியம் ஏற்பட்டதாலும் இந்த மாற்றம் நிகழ்ந்தது. தற்போது சிங்கம் தேசிய விலங்காக இல்லாவிட்டாலும் நமது இந்திய தேசிய இலச்சினையில் நிரந்தர இடத்தை பெற்றுள்ளது.

பூனைக் குடும்பத்தைச் சேர்ந்த வேட்டையாடும் விலங்கினமான சிங்கம் தான் வசிக்கும் சூழல் மண்டலங்களில் உச்ச வேட்டையாடும் விலங்கினமாக விளங்குகிறது. ஒரு சூழல் மண்டலத்தில் உச்ச வேட்டையாடும் விலங்கினம் நலமாக இருந்தால் தான் அந்த சூழல் மண்டலமே ஆரோக்கியத்துடன் செயல்பட முடியும். உதாரணமாக, இந்த உச்ச வேட்டையாடும் விலங்கினங்களின் இருப்பு மற்றும் எண்ணிக்கையை பொறுத்து தான் தாவர உண்ணிகளின் எண்ணிக்கை மற்றும் இருப்பு முடிவு செய்யப்படுகிறது. இந்த உச்ச வேட்டையாடும் விலங்கினங்கள் எண்ணிக்கை குறைந்தால் தாவர உண்ணிகளின் எண்ணிக்கை அதிகமாகும். அவை அதிகமான அளவில் தாவரங்களை உண்ணும். காடுகளுக்கு தன்னைத் தானே மீள உருவாக்கம் செய்வதற்கு அவகாசம் இல்லாமல் அதிகமாக அழிக்கப்படும். ஆகவே இந்த உச்ச வேட்டையாடும் விலங்கினங்கள் இல்லாமல் காடுகள் இல்லை.

மேலும் சிங்கம் ஒரு ஆதார விலங்கினம் (keystone species) ஆகும். ஒரு காட்டில் ஆதார விலங்கினம்

சிலவேளைகளில் எண்ணிக்கையிலோ உருவத்திலோ சிறியதாக இருக்கலாம். ஆனால் அந்தக் காட்டின் மற்ற உயிரினங்களின் எண்ணிக்கையையும் இருப்பையும் முடிவு செய்யும் செல்வாக்கு படைத்தது. உணவுச் சங்கிலியில் பெரும் தாக்கத்தை ஏற்படுத்தும் வல்லமை படைத்தது. சிங்கத்தை காட்டுக்கு ராஜாவாக நம் முன்னோர்கள் பாவித்தது எவ்வளவு துல்லியமானது என்பதை உணர முடிகிறது.

நம் நாட்டின் கிர் காடுகளில் மட்டும் தானே சிங்கம் வாழ்கிறது மற்ற காடுகளெல்லாம் ராஜா இல்லாத காடுகளா என்று நீங்கள் நினைப்பது எனக்கு புரிகிறது. மற்ற காடுகளில் அந்த கிரீடத்தை புலி சுமக்கிறது.

இத்தகைய மகிமை படைத்த சிங்கத்தை குறித்து நான் மேலே கூறியது போல சமூக வலைதளங்களில் பகிரப்படும் உறுதி செய்யப்படாத தகவல்களை நம்ப வேண்டாம். அதை மேலும் பரப்ப வேண்டாம். நாம் அன்போடும் அக்கறையோடும் பாதுகாக்கவேண்டிய உயிரினங்களை குறித்து பய உணர்வை மக்களின் மனதில் விதைக்க வேண்டாம். சமூக வலைதளங்களில் காட்டுயிரினங்கள் குறித்து தவறான பகிர்வுகள் பகிரப்படும் பட்சத்தில் தாங்கள் வனத்துறையினரை தங்கள் வீட்டுக்கு வரவழைக்கிறீர்கள் என்றே அர்த்தம் கொள்ள வேண்டி இருக்கிறது.

வரம் 2: குரங்கு

1859 ஆம் ஆண்டு சார்லஸ் டார்வின் தனது உயிரினங்களின் தோற்றம் குறித்த "On The Origin of Species" என்ற புத்தகத்தை வெளியிட்டார். இந்த உலகின் அனைத்து உயிரினங்களும் ஒரே உயிரில் இருந்து வந்ததாக டார்வினின் தத்துவம் கூறுகிறது. மேலும் மனிதர்கள் குரங்கில் இருந்து வந்ததாக அவர் கூறினார். இதை அந்த காலகட்டத்தில் பலரால் ஏற்றுக்கொள்ள இயலவில்லை. குரங்குகள் தான் நமது முதாதையர்கள் என்று டார்வின் கூறியபோது, பலர் ஒருவேளை உங்கள் முதாதையர்கள் குரங்காக இருக்கலாம், எங்கள் முதாதையர்கள் குரங்குகள் இல்லை என்று கூறினார்கள். இந்த தத்துவம் அதாவது குரங்கிலிருந்து மனிதர்களாகிய நாம் வந்ததாக கூறப்படும் தத்துவம் பலருக்கும் சங்கடத்தை ஏற்படுத்தியது. நாம் ஏற்றுக்கொண்டாலும் கொள்ளாவிட்டாலும் இன்று உலக அளவில் பெரும்பான்மையானோரால் ஏற்றுக்கொள்ளப்பட்ட தத்துவம் குரங்கிலிருந்து மனிதர்கள் வந்ததுதான்.

இன்று மனிதன் உருவாக்கிய உயிரியல் வகைப்பாட்டில் தன்னையும் குரங்குகளுடன் சேர்த்து முதனிகள் (Primates) என்ற வரிசையில் சேர்த்துக் கொண்டுள்ளான். இந்த முதனிகள் வரிசையில் வரும் அனைத்து விலங்கினங்களுக்கும் ஒரே மாதிரியான உடலியற் பண்புகளும் மற்ற விலங்கினங்களை விட அதிதமான மூளை வளர்ச்சியுடனும் புத்திசாலித்தனத்துடனும் காணப்படுகிறது.

குரங்குகள் கூட்டமாக சமூகமாக வாழும் தன்மை கொண்டது. தங்கள் கூட்டத்திற்குள் குரங்குகள்

ஒன்றுக்கொன்று பேசிக்கொள்ளும் என்று கூறினால் அது சற்று மிகையே. ஆனால் தான் எழுப்பும் ஒலி மூலம் வேறு வேறு அர்த்தங்களை தனது சக குரங்குகளுக்கு பரிமாற்றும் அளவுக்கு புத்திசாலித்தனம் வாய்ந்தது. குரங்குகளின் இந்த பண்பு மற்ற விலங்குகளிருந்து அவற்றை வித்தியாசப்படுத்தி காட்டுகிறது. மற்ற விலங்குகளை விட புத்திசாலிகளாகவும் காட்டுகிறது. குரங்குகள் தன் சக குரங்குகளுடன் அப்படி என்னதான் பேசிக் கொள்ளும் என்பதை புரிந்துகொள்ள அதன் சமூகத்தின் கட்டமைப்பை பார்ப்போம்.

குரங்குகளின் சமூகத்தில் படிநிலை ஆதிக்கம் காணப்படுகிறது. பொதுவாக ஒரு ஆண் குரங்கு கூட்டத்தின் தலைவனாக இருக்கும். இதை ஆல்:பா ஆண் (Alpha male) என்று குறிப்பிடுவது வழக்கம். ஒரு ஆல்:பா

ஆண் அந்தக் கூட்டத்திற்கு தலைவனாக இருப்பதற்கு உருவத்தில் பெரியதாகவோ முரட்டுத்தனமாக மற்ற ஆண்களை வலிய தாக்கும் வலிமை கொண்டதாகவோ இருப்பது அவ்வளவு முக்கியமானதல்ல. எது மிகவும் முக்கியமானது என்றால் எந்த குரங்கினால் மற்ற ஆதிக்கம் செலுத்தும் ஆண்களின் ஆதரவை பெற முடிகிறதோ, அதுவே அந்த கூட்டத்தின் ஆதிக்க ஆணாக வாழும். இந்த ஆல்∴பா ஆணிற்கு எத்தனை பெண் குரங்குகளை வேண்டுமானாலும் இணையாக தெரிவு செய்து கொள்ளும் சலுகை உண்டு. ஆகவே அந்த சமூகத்தில் அடுத்த படிநிலையில் இருக்கும் பீட்டா ஆண்கள் (Beta males) அந்த ஆல்∴பா ஆணை வீழ்த்தி அதன் இடத்திற்கு வர தொடர்ந்து முயற்சி செய்து கொண்டே இருக்கும். இவ்வாறு தங்கள் சமூகங்களுக்குள் எப்போதுமே தனது வலிமையை காட்ட முரட்டுத்தனமாக நடந்து கொள்ளும் குரங்குகள் ஊர்ப்புறங்களில் மனிதர்களுடன் சர்வசாதாரணமாக வாழ ஆரம்பித்த பின்பு மனிதர்களிடமும் அவர்கள் கையில் வைத்திருக்கும் உணவுப் பொருளை பிடுங்குதல், கூட்டமாக சேர்ந்து முரட்டுத்தனமாக தாக்குதல் போன்ற செயல்களில் ஈடுபட்டு பெரும் தொல்லையாக மாறிவருகிறது. அவற்றை அவற்றின் இயற்கை வாழிடங்களான காடுகளை நோக்கி போகச் செய்வது மிகவும் அவசியம்.

ஒரு முறை நண்பர் ஒருவர் ஊர்ப் புறங்களில் வசிக்கும் குரங்குகளுக்கு உணவளிக்கும் புகைப்படங்களை சமூக வலைதளங்களில் பதிவேற்றம் செய்திருந்தார். நான் அதை பார்த்துவிட்டு இவ்வாறான செயல்களில் இனிமேல் ஈடுபட வேண்டாம் என்று அறிவுறுத்தினேன். அதற்கு அவர் குரங்குகளுக்கு மனிதநேயத்துடன் உணவளிப்பதை தடுக்கிறீர்களே என்றார். குரங்குகளுக்கு மனிதர்களாகிய நாம் உண்ணும் அரிசி, கோதுமை, பிஸ்கட் போன்ற உணவுகளை அளிப்பது நாம் தினமும் பீட்சா, பர்கர் போன்ற ஜங்க் உணவுகளை உண்பதற்கு சமமானதாகும். எப்படி ஜங்க் உணவுகள்

மீண்டும் மீண்டும் உண்ணத் தூண்டும் அளவிற்கு சுவையானதாக இருந்தாலும், நமது இயற்கையான உணவுப் பழக்கத்திலிருந்து மாறுபட்டவையோ, எவ்வாறு நமக்கு பல்வேறு உடல் உபாதைகளை ஏற்படுத்துமோ, அதேபோல் குரங்குகளின் இயற்கை உணவை விடுத்து மனிதர்கள் உண்ணும் உணவை அவை அடிக்கடி உண்ணும்போது காலப்போக்கில் அவை பல்வேறு நோய்களை எதிர்கொள்ள வேண்டியிருக்கும்.

மேலும் அதற்கு தேவையான உணவை தேடிக்கொள்ள இயற்கை அதற்கு சக்தியை கொடுத்திருக்கிறது. நாம் அதற்கான தினசரி உணவை அதன் கையிலேயே கொடுக்கும்போது அதற்குக் கிடைக்கும் சுலப உணவு அதை சோம்பேறியாக்குவதோடு மட்டுமல்லாமல் இயற்கைக்கும் குரங்குகளுக்குமான தொடர்பை துண்டித்து விடுகிறது. குரங்குகள் இயற்கையில் பெரும்பாலும் பழ உண்ணிகள். இலைகள், சிறு பூச்சிகள் போன்றவற்றை உண்டாலும் பழங்களே அதன் உணவில் பெரும்பான்மை வகிக்கிறது. இவ்வாறு குரங்குகள் உண்ணும் பழங்களின்

விதைகள் அவற்றின் ஜீரண வழிப்பாதை வழியாக கடந்து வரும்போது அதன் முளைப்பு திறன் மிகவும் அதிகமாகிறது. அந்த விதைகளை காடு முழுவதும் பரப்பும் வேலையை குரங்குகள் கச்சிதமாக செய்து முடிக்கிறது.

இவ்வாறு காடுகளை வளத்தோடு வைத்திருக்க உதவும் குரங்குகளை சிறு சிறு உணவுப் பொருட்கள் மூலம் ஆசைகாட்டி ஊர்ப்புறங்களிலேயே தங்க வைக்கும் அவலம் தொடர்ந்து நடந்து வருகிறது. நாம் உணவளிக்கவில்லை என்றால் அதனுடைய பிழைப்புக்காக உணவைத் தேடி காடுகளுக்குள் செல்லும். நகர்ப்புறங்களிலும் ஊர்களிலும் பெரும் தொல்லையாக பார்க்கப்படும் குரங்குகளை காடுகளை நோக்கி செல்ல வைப்பதற்கு அதற்கு உணவு அளிக்காமல் இருப்பதே சாலச் சிறந்தது. மேலும் அதற்கு நீங்கள் ஒவ்வாத உணவை அளித்து, அதன்மூலம் குரங்குகளின் உணவுப்பழக்கத்தை மாற்றுவதை விட உணவு அளிக்காமல் இருப்பதன் மூலம்தான் குரங்குகளுக்கு மிகப்பெரிய நல்ல காரியத்தை செய்கிறீர்கள். மேலும் குரங்குகளுக்கு உணவு அளிப்பதன் மூலம் வன உயிரின

பாதுகாப்பு சட்டம் 1972ன் கீழ் வன உயிரினங்களுக்கு உணவளித்த குற்றத்தையும் இழைக்கிறீர்கள் என்பதை நினைவில் கொள்ளவேண்டும். மனிதநேயத்தை மனிதர்களிடம் காட்டுங்கள். விலங்குகளை அதன் போக்கில் விடுங்கள்.

வரம் 3: சிங்கவால் குரங்கு

கடந்த இரண்டு அத்தியாயங்களில் சிங்கத்தை பற்றியும், குரங்கைப் பற்றியும், பார்த்தோம். ஆகவே இந்த அத்தியாயத்தில் அவ்விரண்டு விலங்குகளின் உடற்கூறுகளை கொண்ட சிங்கவால் குரங்கை பற்றி உங்களுடன் பகிரலாம் என்று நினைத்தேன். அதை தவிர இந்த அத்தியாயத்தில் சிங்கவால் குரங்கை தேர்ந்தெடுத்ததற்கு வேறு எந்த காரணமும் இல்லை. சிங்கவால் குரங்கு, சிங்கத்தைப் போலவே பிடரியிலும் தலையிலிருந்து தாடை வரையிலும் ரோமத்துடன் காணப்பட்டாலும், அதன் பெயர் காரணம் சிங்கத்தின் வாலைப் போலவே வால் நுனியில் காணப்படும் கொத்தான முடியுடன் காட்சியளிப்பதால் வருகிறது.

சிங்கவால் குரங்கு

குரங்கினத்தை சேர்ந்த சிங்கவால் குரங்குகள் மேற்கு தொடர்ச்சி மலையில் மட்டுமே காணப்படும் ஓரிட வாழ்விகள். ஆம்... மேற்கு தொடர்ச்சி மலையின் அடர்ந்த மழைக் காடுகளை தவிர உலகில் வேறு எங்குமே சிங்கவால் குரங்குகளை காணமுடியாது. சிங்கவால் குரங்குகள் மட்டுமல்ல இதுபோன்ற பல ஓரிட வாழ்விகளை கொண்ட பொக்கிஷம் தான் மேற்கு தொடர்ச்சி மலைகள்.

சிங்கவால் குரங்குகள் பெரும்பாலும் அடர்ந்த பசுமைமாறா காடுகள் மற்றும் மழைக்காடுகளில் வாழும். இந்த காடுகளை சிங்கவால் குரங்குகள் தனது வாழிடமாக தேர்ந்தெடுத்ததற்கு முதன்மையான காரணம் அதன் உணவு பழக்கமே. சிங்கவால் குரங்குகளின் முதன்மையான உணவு பழங்கள். அடர்ந்த பசுமைமாறா காடுகளில் வருடம் முழுவதுமே ஏதாவது ஒரு மரயினம் காய்த்து பழுத்து கொண்டே இருக்கும். அதற்கு உணவு தங்கு தடையில்லாமல் கிடைப்பதற்கு வாய்ப்பாய் அமையும். பொதுவாக மரத்தின் உச்சியில் வாழும் சிங்கவால் குரங்குகள் பழங்களை சேகரிப்பதற்காக ஒரு மரத்திலிருந்து இன்னொரு மரத்திற்கு தாவும். நல்ல அடர்ந்த காடுகளில் இந்த குரங்குகள் மரத்தை விட்டு கீழே இறங்குவதை பார்ப்பது மிகவும் அரிது. அனைத்து குரங்கினங்களையும் போலவே, சிங்கவால் குரங்குகளுக்கும் கன்னங்களில் பைகள் உண்டு. அவற்றின் வயிறு நிறைய எவ்வளவு உணவு தேவைப்படுமோ அந்த அளவு உணவை அந்த கன்னப் பைகளில் நிரப்ப முடியும். வேட்டையாடும் விலங்கினங்கள் மூலமாகவோ அல்லது வேறு ஏதாவது ரூபத்திலோ ஆபத்தை எந்நேரமும் எதிர்பார்ப்பதால், குரங்குகள் பொதுவாக உணவு கிடைக்கும் வேளைகளில் சற்றென்று கன்னங்களில் நிரப்பி விட்டு பின்னர் பாதுகாப்பான இடங்களில் சென்று நிதானமாக உண்ணும். சிங்கவால் குரங்குகளும் பிற குரங்கினங்களைப் போலவே பழங்களை தன் கன்னத்தில் உள்ள விரியும் தன்மை கொண்ட பைகளில் சேகரித்துக் கொள்ளும். பின்னர் நீண்ட தூரங்களுக்கு அலைந்து

கொண்டே அந்த பைகளில் சேகரித்து வைத்த பழங்களை உண்ணும். இவ்வாறு ஒரு இடத்தில் உள்ள மரத்தின் விதைகளை காடு முழுவதும் பரப்புவதற்கு சிங்கவால் குரங்குகள் முக்கிய காரணமாகின்றது. பழங்களிலும் அயனி பலாப்பழம் சிங்கவால் குரங்குகளுக்கு மிகவும் பிடித்த உணவு.

அயனி பலாப்பழம்

இந்த அயனி பலாப்பழும் அதற்கென ஒரு தனி அத்தியாயமே எழுதும் அளவிற்கு சிறப்பு வாய்ந்தது. சிங்கவால் குரங்குகள் மட்டுமல்லாமல் பசுமை மாறா காடுகளில் வாழும் பல உயிரினங்களுக்கு மிகவும் அத்தியாவசிய தேவையான உணவாகவும் அமைந்து, அதனால் பல உயிரினங்களின் இருப்பிலும் வாழ்விலும் தாக்கம் ஏற்படுத்தும் சக்தி கொண்டது இந்த அயனி பலா மரங்கள். ஆகவேதான் இந்த அயனி பலா மரங்கள் சூழல் ரீதியாக முக்கியத்துவம் வாய்ந்த உயிரினமான பல்லுயிர் ஆதார உயிரினமாக (keystone species) பார்க்கப்படுகிறது. ஆம். சிங்கம், புலி போன்ற கம்பீரமான விலங்கினங்களுக்கு இருக்கும் அதே அந்தஸ்து சிங்கவால் குரங்கிற்கு உணவளிப்பதனாலேயே அயனி பலா மரத்திற்கும் உள்ளது. உணவளிக்கும் அயனி பலா மரத்திற்கு இவ்வளவு சிறப்பு என்றால், சிங்கவால் குரங்கு சூழலியல் மேலாண்மையில் எத்தனை முக்கிய பங்கு வகிக்கிறது என்று பார்ப்போம். என்ன??? மக்கள் மனதில் சூப்பர் ஹீரோவாக இருக்கும் சிங்கம், புலி போன்ற விலங்கினங்களுக்கும் ஒரு சாதாரண குரங்கிற்கும் ஒரே அளவு முக்கியத்துவமா?? என்று நீங்கள் நினைக்கலாம். இயற்கை மனிதர்களைப்போல எந்த உயிரினங்களையும் பாகுபடுத்திப் பார்ப்பதில்லை. இந்த உலகில் ஒவ்வொரு உயிரினமுமே அதற்கென ஒரு பங்கை கொண்டுள்ளது. எந்த உயிரினம் பாதிக்கப்பட்டாலும் அது ஆற்ற வேண்டிய பங்கை வேறொரு உயிரினத்தை அதற்கு பதிலாக கொண்டு சரி செய்வது மிகவும் கடினம். ஆகவே நாம் வாழும் பூமியின் சமநிலை பாதுகாக்கப்பட அனைத்து உயிரினங்களையும் பாதுகாக்க வேண்டும்.

பொதுவாக, குரங்கினங்கள் எந்த சூழ்நிலைக்கு தள்ளப்பட்டாலும் அந்த சூழ்நிலைக்கு ஏற்றார்போல் தன்னை தகவமைத்துக் கொண்டு வாழப் பழகிவிடும். ஆனால் சிங்கவால் குரங்குகள் கொஞ்சம் ஸ்பெஷல். தனக்கான சூழலமைப்பு நிலவாத பட்சத்தில் சிங்கவால் குரங்குகளால் அங்கே வாழ இயலாது. ஆகவேதான்

அவை வாழ்விட நிபுணத்துவம் (Habitat specialist) வாய்ந்த உயிரினமாக பார்க்கப்படுகிறது. இயற்கையின் உச்சகட்ட சூழல் அமைப்பாக (Climax) பார்க்கப்படும் அடர்ந்த மழைக்காடுகளை தன்னுடைய வாழிடமாக சிங்கவால் குரங்குகள் கொண்டுள்ளதால், அந்த சூழ்நிலையை சுட்டிக்காட்டும் உயிரினமாகவும் (Indicator species) விளங்குகிறது. அதாவது சிங்கவால் குரங்குகள் ஒரு காட்டில் வாழ்கிறதென்றால் அந்த காட்டை வளமானதாக கொள்ளலாம். மேலும், ஒரு பாதுகாவலரின் பார்வையில், சிங்கவால் குரங்குகள் பாதுகாக்கப்பட்டால், அது சார்ந்திருக்கும் அடர்ந்த காடுகளும், அந்த காட்டை நம்பி இருக்கும் பல்வேறு உயிரினங்களும் மனிதர்கள் உட்பட பாதுகாக்கப்படுவார்கள். ஆகவே இது குடையினமாகவும் (Umbrella species) பார்க்கப்படுகிறது. அதாவது இந்த ஒரு உயிரினம் பாதுகாக்கப்படும் போது அது குடை போல பல்வேறு ஆயிரக்கணக்கான உயிர்களை பாதுகாக்கும் தன்மை கொண்டது.

நீலகிரி கருமந்தி

இத்தகைய சிறப்புகளைக் கொண்ட உயிரினமான சிங்கவால் குரங்குகள் அழிந்து போகும் அபாயத்தில் உள்ள உயிரினங்களாக வகைப்படுத்தப்பட்டுள்ளது. காடழித்தலும், பல்வேறு மூடநம்பிக்கைகளுக்காக வேட்டையாடப்படும் நீலகிரி கருமந்தியை போல சாயலில் சற்றே இருப்பதாலும், தவறுதலாக வேட்டையாடப்படுதலுமே இதற்கு முக்கிய காரணங்கள். வன உயிரின பாதுகாப்பு சட்டம் 1972 இன் படி சிங்கவால் குரங்கு மற்றும் கருமந்தி ஆகிய இரண்டு குரங்கினங்களுமே அட்டவணை 1 இல் வகைப்படுத்தப்பட்டு உச்சபட்ச பாதுகாப்பை பெறுகிறது.

இயற்கை படைத்த வளங்களை எவ்வாறு பிற உயிரினங்களுடன் பங்கிட்டு வாழவேண்டும் என்பதை மனிதர்கள் இந்த குரங்குகளிடமிருந்து கற்றுக்கொள்ள வேண்டும். உதாரணமாக சிங்கவால் குரங்கு கருமந்தி இரண்டுமே ஒரே சூழ்நிலையில், அதாவது மேற்கு தொடர்ச்சி மலையின் மழைக்காடுகளில் வாழும் ஒரிட வாழ்விகள். இரண்டுமே மரங்களில் வாழும் உயிரினங்கள். சிங்கவால் குரங்கு மரங்களின் உச்சியில் வாழும். அவற்றின் எல்லைகளுக்குள் சென்று கொடூரமாக நடந்து கொள்ளாமல், அம்மரத்தின் மத்தியில் இருக்கும் கிளைகளில் கருமந்திகள் வாழும். இவ்விரண்டின் உணவுப் பழக்கங்களைப் பார்த்தால், சிங்கவால் குரங்குகள் மற்ற உணவுகளை உண்டாலும், பெரும்பான்மையாக பழங்களை உண்ணும். கருமந்திகள் பெரும்பான்மையாக இலைகளை உண்ணும். இயற்கையே அவ்வாறு ஒவ்வொரு உயிரினத்திற்குமான வாழ்க்கைமுறையை இயற்கை வளம் குன்றாத வண்ணம் வடிவமைத்திருக்கிறது. மனிதர்களுக்கும் இந்த விதி பொருந்தும். இவ்வாறு இயற்கை வடிவமைத்திருக்கும் வாழ்வியல் முறையையும் எல்லைகளையும் மீறும்போது நாம் ஒரு பேரழிவை நோக்கி சென்று கொண்டிருக்கிறோம் என்பதை உணர்வோம்.

வரம் 4: இருவாச்சி

ஒவ்வொரு பண்டிகைக்கு பின்னாலும் ஒரு கதை உண்டு. ஆனால் ஒரு பறவையை பெருமை படுத்துவதற்காகவே ஒரு பண்டிகை இருக்கிறது என்பது தெரியுமா? அந்தப் பெருமைக்குரிய பறவை வேறு யாருமல்ல.. இருவாச்சி தான். ஆம்… நமது நாட்டில் நாகலாந்து மாநிலத்தில் டிசம்பர் முதல் வாரம் ஒவ்வொரு ஆண்டும் இருவாச்சி திருவிழா கொண்டாடப்படுகிறது. அந்த திருவிழாவில் நாகர்களின் கலாச்சாரம் தொடர்பான கலைகள் அனைத்தும் அரங்கேற்றப்படுகின்றன. நாகர்களின் நாட்டுப்புறவியலில் இருவாச்சி முக்கிய பங்கு வகிக்கிறது. அதனால் தான் அவர்களின் பிரதானமான பண்டிகைக்கு இருவாச்சி திருவிழா என்று பெயரிட்டுள்ளனர். நாகலாந்தை தொடர்ந்து பல மாநிலங்களிலும் இருவாச்சி திருவிழா கொண்டாடும் கலாச்சாரம் பரவி வருகிறது. இருவாச்சி என்பது இந்த பறவைகளின் குடும்பப் பெயராகும். ஆம்… இருவாச்சி பல பறவைகளை உள்ளடக்கிய குடும்பமாகும். உலகம் முழுவதும் இருவாச்சி குடும்பத்தில் 54 வகையான பறவையினங்கள் உள்ளது. இந்தியாவில் மேற்கு தொடர்ச்சி மலை, அந்தமான் நிக்கோபார் தீவுகள், வடகிழக்கு மாநிலங்கள் ஆகிய பகுதிகளில் மட்டுமே காணப்படும் இருவாச்சி பறவைகளில் ஒன்பது வகை உள்ளன. தென்னிந்தியாவில் குறிப்பாக தமிழகத்தில் பெரும் பாத இருவாச்சி, மலபார் இருவாச்சி, சாம்பல் நிற இருவாச்சி, மலபார் பாத இருவாச்சி என நான்கு வகையான இருவாச்சி பறவைகள் காணப்படுகின்றன. இருவாச்சி பறவைகள் கம்பீரமும் அழகும் நிறைந்தவை. இதனுடைய அலகு மிகவும் நீண்டு பளிச்சென்ற

வண்ணங்களினால் ஆனது. அந்த மிக அழகிய அலகின் மேல் பகுதியில் ஒரு கொண்டை (Casque) இருக்கும். ஆண் பறவைகளுக்கு இந்த கொண்டை, பெண் பறவைகளை ஈர்ப்பதற்கு பயன்படும். மேலும் அது பறக்கும் அழகும், பறக்கும்போது சிறகுகள் அசையும்போது எழும்பும் ஒலியும், சிறிது தூரத்தில் இருந்து கேட்பவர்களுக்கு வனத்திற்குள் ஒரு ஹெலிகாப்டர் பறப்பதைப் போன்ற பிம்பத்தை உண்டாக்கும். அந்த ஒலியை சுமார் ஒரு கிலோ மீட்டர் தூரம் வரை கேட்க இயலும் என்பதும் குறிப்பிடத்தக்கது.

பெரும் பாத இருவாச்சி

அழகிற்கு பெயர்போன இப்பறவைகளின் வாழ்வில் அன்பிற்கும் குறைவில்லை. இருவாச்சி பறவைகள் வாழ்நாள் முழுவதும் ஒரே இணையுடன் வாழும். தனது இணையை தேர்ந்தெடுத்த பின்னர், சில நாட்களுக்கு தன் இணையான பெண் பறவைக்கு பழங்கள் போன்ற உணவுகளை கொண்டு வந்து பரிசாக அளிக்கும். என்னதான் இருந்தாலும் வாழ்நாள் முழுவதும் கூடவே வாழப் போகும் இணையின் நன்மதிப்பு மிகவும் முக்கியம்

அல்லவா!!!! இரை தேடுவதில் ஆரம்பித்து அனைத்து நேரமும் ஆண் பறவையும் பெண் பறவையும் இணைந்தே இருக்கும். இனப்பெருக்க காலத்தில் இந்த பறவைகளின் அன்பு ஆச்சரியமளிக்கிறது. முதலில் இரு பறவைகளும் இனப்பெருக்க காலத்திற்காக கூடு தேடி அலையும். அடர்ந்த வனங்களில் இருக்கும் உயர்ந்த மரங்களில் காணப்படும் பொந்துகளை கூடுகளாக தேர்வு செய்யும். அந்தப் பொந்துகளில் பெண் பறவை உள்ளே சென்று அமர்ந்து கொள்ளும். ஆண் பறவை அந்தப் பொந்தில் பெண் பறவைக்கு உணவளிக்க ஒரு சிறு துவாரத்தை மட்டும் விட்டுவிட்டு தனது எச்சில் , ஈரமான மண், மரக்கழிவுகள், போன்றவற்றைக் கொண்டு சுவர் போல வடிவமைத்து கூட்டை மூடிவிடும். உள்ளே சென்ற பெண் பறவை தனது இறக்கைகள் முழுவதையும் உதிர்த்து ஒரு மெத்தை போன்று அமைத்து அதில் ஒன்று முதல் மூன்று முட்டைகள் இட்டு அதை சுமார் ஏழு வாரங்கள் அடைகாக்கும். இந்த காலகட்டத்தில் ஆண் பறவை தனியாக உணவு தேடிச் செல்லும். கொண்டுவரும் உணவை அந்த துவாரம் வழியாக பெண் பறவைக்கு ஊட்டிவிடும்.

சாம்பல் நிற இருவாச்சி

பொதுவாக அனைத்துண்ணிகளான இருவாச்சி பறவைகள் இனப்பெருக்கக் காலத்தில் பறவைகளின் சிறு குஞ்சுகள், சிறு பிராணிகள் போன்றவற்றை உணவாக உட்கொள்ளும். மற்ற காலங்களில், பொதுவாக பழங்கள், பூச்சிகள் ஆகியவற்றை உண்ணும். அவற்றின் உணவில் பெரும்பான்மை வகிப்பது பழங்கள். அதிலும் ஃபைகஸ் குடும்பத்தை (Ficus) சேர்ந்த மரங்களில் உள்ள பழங்களே பெரும்பான்மை வகிக்கும். வாசகர்களின் புரிதலுக்காக ஃபைகஸ் குடும்பத்தில் மிகப்பெரிய மரங்களாக வளரக்கூடிய அரசமரம், ஆலமரம், அத்திமரம் ஆகியவை அடக்கம் என்பதையும் குறிப்பிடுகிறேன்.

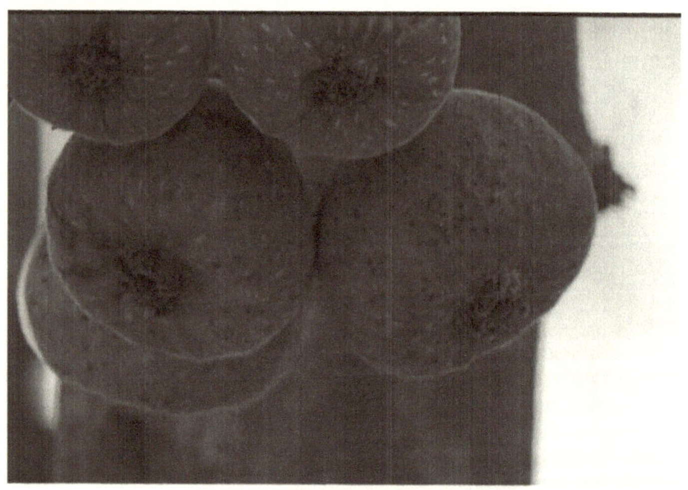

அத்திமரம்

மேலும், இருவாச்சி பறவைகளுக்கு நாக்கு மிகவும் சிறியதாக இருப்பதால், அதனால் உணவை விழுங்க இயலாது. தன் அலகுகளில் பற்றிக்கொண்ட உணவை தன் தலையை வேகமாக அசைத்து அசைத்து உள்ளே தள்ளும். இனப்பெருக்க காலத்தில் உணவு தேடி செல்லும் நேரங்களை தவிர மற்ற நேரங்களில் தலைவன் கூடிருக்கும் மரத்திலேயே தங்கும். முட்டையிலிருந்து

குஞ்சுகள் வெளிவந்தவுடன், அந்தக் கூட்டை உடைத்துக்கொண்டு பெண் பறவை வெளியே வரும். சுமார் இரண்டு மாதங்கள் கூட்டின் உள்ளே இருந்ததாலும் இறக்கைகள் அனைத்தையும் உதிர்த்து விட்டதனாலும் பெண் பறவையால் சில நாட்களுக்கு பறக்க இயலாது. இந்த காலகட்டத்தில் பெண் பறவைக்கும் குஞ்சுகளுக்கும் தவளை, ஓணான், சிறிய பாம்பு குட்டிகள் போன்ற உணவை ஆண் பறவை கொண்டு வந்து கொடுக்கும். "அது எப்படி கொடுக்கும்? அதற்கு என்ன கைகளா இருக்கிறது?" என்று நீங்கள் நினைக்கலாம். இரை கிடைத்தவுடன் ஆண் பறவை அதை விழுங்கிவிடும். பின்னர் கூட்டிற்கு வந்து வாந்தி எடுப்பது போல் மீண்டும் வாய்க்கு கொண்டுவந்து துப்பி விடும். அவ்வாறு தன் இணைக்கும் குஞ்சுகளுக்கும் உணவளித்து தன் குடும்பத்தை பாதுகாக்கும். தாயின் பராமரிப்பில் குஞ்சுகள் வளரும். ஒருவேளை இரை தேடச் சென்ற ஆண் பறவை கூட்டிற்கு திரும்ப வரவில்லை என்றால் பெண் பறவைக்கு அதன் உயிரை விடுவதை தவிர வேறு வழியில்லை.

இத்தகைய அழகான வாழ்க்கை வாழும் இருவாச்சி பறவைகள் மனிதர்களின் வாழ்க்கையை அழகாக்குவதிலும் பெரும் பங்கு வகிக்கிறது. இந்த இருவாச்சி பறவைகள் மழைக்காடுகளின் குறியீடு (Indicator species). அதாவது இந்தப் பறவைகள் இருக்கும் காடுகளை வளமான மழைக்காடுகள் என கொள்ளலாம். மழைக்காடுகள் இருந்தால்தானே நமது வாழ்வாதாரத்திற்கு தேவையான நீரைக்கொண்டு வரும் மழை பெய்யும். மேலும் இருவாச்சி பறவைகளின் எச்சத்தில் இருந்து விழும் விதைகள் மிகவும் முளைப்புத்திறன் கொண்டவை. வளமான காடுகளை உருவாக்குவதில் இருவாச்சி பறவைகளுக்கு முக்கிய பங்கு உண்டு. அதிலும் குறிப்பாக பெரிய விதைகளைக் கொண்ட பழங்களை இருவாச்சி போன்ற சில பறவைகளாலேயே உண்ண முடியும். அப்பழங்களை விதையுடன் அப்படியே விழுங்கி விட்டு, பின்னர் விதைகளை மட்டும் வயிற்றிலிருந்து வாய்க்கு

கொண்டுவந்து துப்பி விடும். அவ்வாறு இருவாச்சி பறவைகளால் வெளியேற்றப்படும் விதைகளின் முளைப்பு திறன் மிகவும் அதிகம். இருவாச்சி பறவைகளுக்கும் இந்த பழங்கள் காய்க்கும் மரங்களுக்கும் ஒன்றோடு ஒன்று சேர்ந்து இயைந்து வாழும் தன்மை உள்ளதாக பார்க்கப்படுகிறது. இந்த பறவைகளுக்கு தங்குவதற்கு இடமும் உணவும் அந்த மரங்கள் அளிக்கிறது. அதற்கு பிரதிபலனாக அந்த மரத்தின் விதைகளை காடு முழுவதும் பரப்பி அந்த மரயினத்தை உயிர்ப்போடு இருக்கச் செய்கிறது இருவாச்சி பறவைகள். இருவாச்சி பறவைகள் இல்லை என்றால் பல மர இனங்கள் அழிந்தே போய்விடும் என்று அறிஞர்கள் கூறுகிறார்கள். உதாரணமாக, வெள்ளை அகில் என்ற மரயினம் இந்த இருவாச்சி பறவைகள் இல்லை என்றால் அழிந்து போய்விடும். இதன் பழங்கள் மிகவும் கடினமான மேல் பகுதியை கொண்டது அதை இருவாச்சி பறவைகளால் தான் உடைக்க முடியும். அவ்வாறு இருவாச்சி பறவைகளால் உடைக்கப்பட்டு வெளியேற்றப்பட்ட விதைகளுக்கே மரம் ஆவதற்கான வாய்ப்பு கிடைக்கிறது. மேலும், மனிதர்களின் பொருளாதார மற்றும் தொழில் வளர்ச்சிக்காக துண்டாடப்பட்ட அடர்ந்த மழைக்காடுகளின் ஒரு துண்டிலிருந்து மற்ற இடங்களுக்கு தனது அசாத்திய பறக்கும் திறமையால் விதைகளை பரப்புவதும் இருவாச்சி பறவைகள் தான். அதனால் தான் இருவாச்சி பறவைகளை "காடுகளின் உழவன்" என்று அழைக்கிறார்கள். அதுமட்டுமல்ல நமது அண்டைய நாடான நேபாளில் இந்த பறவைகள் "காடுகளின் ராஜா" என்று அழைக்கப்படுகிறது. மேலும் நமது அண்டை மாநிலமான கேரளத்திலும் அருணாசலப் பிரதேசத்திலும் இது மாநிலப் பறவையாக உள்ளது. மலேசிய நாட்டின் தேசிய பறவையாகவும் உள்ளது. இத்தகைய பெருமைகளை கொண்டுள்ள இருவாச்சி பறவை, காடழித்தலால் தன் வாழ்வில் பெரும் சிரமங்களை சந்தித்து வருகிறது. மேலும் அதற்கு அழகு ஊட்டுவதாக கருதப்படும் கொண்டை அதற்கு ஆபத்தாகவும் ஆகிறது. இருவாச்சி பறவைகளின் கொண்டையை

வைத்திருத்தலை சிலர் பெருமையாகக் கருதுவதால், இந்த பறவைகள் வேட்டையாடப்படுகின்றன. மனிதன் தன் வாழ்நாள் முழுவதும் மரம் நடுவதற்கு அர்ப்பணித்தாலும் கூட ஒரு இருவாச்சி பறவை ஒரு ஆண்டில் உருவாக்கும் மரங்களை எட்ட முடியாது. அத்தகைய சேவையை இந்த உலகின் அனைத்து உயிரினங்களுக்கும் மனிதர்களுக்கும் செய்யும் இந்த அன்பான பறவைகளுடன் நாமும் அன்பு பாராட்டுவோம்

வரம் 5: யானை

நவீன வன மற்றும் சுற்றுச்சூழல் பாதுகாப்பில் முக்கிய பங்கு வகிக்கும் பெரும்பான்மையான உயிரினங்கள் நம் கடவுளர்களோடு தொடர்புள்ளவையே. சிங்கம், புலி, பாம்பு போன்ற விலங்கினங்களும், வழிபாட்டுத்தலங்களோடு தொடர்புடைய ஸ்தல விருட்சங்கள், இன்றைய நவீன கால மரபணு பாதுகாப்பு மையங்களாக பார்க்கப்படும் தாவரவியல் பூங்காக்களோடு ஒப்பிடப்படும் புனித தோப்புகளும் இதில் அடக்கம். அந்தப் பட்டியலில் ஒரு முக்கிய இடத்தைப் பெற்றும், இன்றளவும் கடவுளாக பார்க்கப்பட்டும், நம் நாட்டின் தேசிய பாரம்பரிய விலங்கினமாகவும் திகழும் யானையே இந்த அத்தியாயத்தின் நாயகன். நம்முடைய பாரம்பரியத்தில் மட்டுமில்லாமல் இந்த உலகத்தின் சுற்றுச்சூழல் அமைப்பு ஆரோக்கியமாக இருக்க யானைகளுடைய பங்கு மிகவும் அவசியம்.

ஒரு வனத்தில் நிலவும் சுற்றுச்சூழல் அமைப்பில் வேட்டையாடும் விலங்கினங்களின் பங்கு எவ்வளவு முக்கியமோ, அதே அளவு யானை போன்ற பெரிய தாவர உண்ணிகளின் பங்கும் மிகவும் முக்கியமானது. அப்படி என்ன பங்கு வகிக்கிறது யானைகள் என்று பார்ப்போம்!!!

இன்று நாம் பார்க்கும் அடர்ந்த காடுகள் யானை போன்ற விலங்கினங்கள் இல்லாமல் உருவாகி இருக்க முடியாது. இதை புரிந்து கொள்ள யானையின் இயல்புகளைப் பற்றி புரிந்து கொள்வது அவசியம். யானைகள் பொதுவாக ஒரு நாளைக்கு பதினெட்டிலிருந்து பத்தொன்பது மணிநேரம் உணவு உண்பதற்காக செலவிடும். அந்த உணவு தேடலுக்காக வனங்களில் அலைந்து திரியும். சராசரியாக அதற்கு நாளொன்றிற்கு சுமார் இருநூறு கிலோ உணவு தேவைப்படும். அதற்காக நாற்பதிலிருந்து ஐம்பது கிலோமீட்டர் வனங்களில் நடக்கும். யானைகள் அடர்ந்த காடுகளுக்குள் நடந்து போகும்போது மரக் கிளைகளை உடைத்து நடை பாதையை உருவாக்கும். இது அளவில் சிறியதாக உள்ள மற்ற விலங்கினங்களுக்கும் காடுகளில் அலைந்து திரிவதற்கான நடைபாதையாக விளங்கும்.

யானைகள் மரக் கிளைகளை உடைத்து அதன் இலைகளை உணவாக சாப்பிடும். புற்கள், சிறிய தாவரங்கள் போன்றவை கோடைக்காலங்களில் காய்ந்து போகும் போது சிறிய விலங்கினங்களை உணவு தட்டுப்பாட்டில் இருந்து பாதுகாப்பது பெரிய மரங்களில் இருந்து யானை உடைத்துப் போடும் மரக்கிளைகளில் உள்ள இலைகளே. அடர்ந்த காடுகளில் இதுபோன்று யானைகள் கிளைகளை உடைத்துப் போடுவதனால் சூரிய ஒளி ஊடுருவதற்கான வழி கிடைக்கும். சிறு தாவரங்கள், விதைகள் ஆகியவை முளைப்பதற்கு இது முக்கிய காரணியாக அமைந்து அந்த காடு மீள உருவாக்கமாவதற்கும் யானைகள் காரணமாகிறது. இவ்வாறு அந்த வனத்தின் நில அமைவையே மாற்றும் சக்தி படைத்ததனால்தான் யானைகளை சூழல் மண்டல பொறியாளர்கள் (Ecosystem Engineers) என்கிறார்கள் அறிஞர்கள்.

மேலும் யானை நாளொன்றுக்கு ஒரு முறையாவது நீர் அருந்தும். அதற்காக நன்னீர் ஆதாரங்களின் அருகிலேயே வசிக்கும். நாளொன்றுக்கு சுமார் இருநூறு லிட்டர் நீர் அதற்கு தேவைப்படும். கோடைகாலங்களில் தண்ணீர் தேவைக்காக தந்தங்களால் ஊற்று பறிக்கும். அது

யானைகளின் நீர் தேவையை மட்டும் பூர்த்தி செய்யாமல், அந்த வனத்தில் உள்ள அனைத்து உயிரினங்களின் நீர் தேவையையும் பூர்த்தி செய்யும். மேலும் யானைகள் நடக்கும்போது அதன் கால் தடத்தினால் உருவாகும் சிறு சிறு குழிகள், நீரினால் நிறையும் போது, சிறு பூச்சிகள், தவளைகள் போன்ற சிறு விலங்குகளின் நீர் தேவை பூர்த்தியாகும்.

உணவு, நீர் தவிர அனைத்து உயிரினங்களும் ஆரோக்கியமாக உயிர் வாழ கனிமச் சத்துக்களும் அவசியம். அவை சில உயிரினங்களுக்கு மண்ணில் இருந்து கிடைக்கும். பெரும்பான்மையான விலங்கினங்களுக்கு வனங்களில் உள்ளே இருக்கும் பாறைகள் மூலமாக கிடைக்கும். யானைகள் பாறைகளில் உள்ள கனிமச்சத்து வளங்களை தன்னுடைய தந்தத்தால் உடைத்து வெளிக்கொணரும் போது அது அனைத்து விலங்கினங்களுக்கும் பயன்படும் வாய்ப்பாய் அமையும். இவ்வாறு வனங்களில் உள்ள அனைத்து உயிரினங்களுக்கும் அடிப்படை தேவைகள் கிடைப்பதற்கு காரணியாக அமைந்து, மற்ற உயிரினங்களின் எண்ணிக்கை மற்றும் இருப்பின் மேல் தாக்கம் செலுத்துவதால், யானைகளை பல்லுயிர் ஆதார விலங்கினமாக (keystone species) பார்க்கிறோம்.

யானையின் உணவில் குறைந்தபட்சம் 10 சதவிகிதமாவது விதைகள் இருக்கும். அதாவது சுமார் இருபதிலிருந்து இருபத்தைந்து கிலோ விதைகள் இருக்கும். யானைகளின் செரிமான பாதையில் இருந்து வெளியே வரும் விதைகள் அதிக முளைப்புத் திறன் கொண்டதாக இருக்கும். மிகவும் குறைந்த பட்சமாக நாளொன்றுக்கு நூறு விதைகள் விதைக்கப்படுவதாக வைத்துக்கொண்டால் கூட, யானை தினமும் நூறு மரங்களை நடுகிறது. தன்னுடைய வாழ்நாளில் ஒரு பெரிய வனத்தையே உருவாக்குகிறது.

மேலும் யானைகளின் சமூகம் தாய் வழி சமூகம் ஆகும். ஒரு குடும்பத்தின் மூத்த பெண் அந்த கூட்டத்தின் தலைமைப் பொறுப்பை வகித்து வழி நடத்தும். ஒரு யானை குட்டி பிறந்தவுடன் அதன் தாய், பாட்டி மற்றும் அத்தைகளால் சேர்ந்து வளர்க்கப்படும். பிற யானைகளுடனான அவற்றின் நட்பும் வாழ்நாள் முழுவதும் தொடரும். மிகவும் புத்திசாலி விலங்கினங்களில் ஒன்றாக கருதப்படும் யானைகள், எளிதில் உணர்ச்சிவசப்படுபவையும் கூட. உதாரணமாகப் பார்த்தால், கூட்டத்தில் ஒரு யானை இறந்தால், அந்த சடலத்தின் அருகிலேயே இரண்டு மூன்று நாட்கள் அனைத்து யானைகளும் இருந்துகொண்டு துக்கம் அனுசரிக்கும். தன்னுடைய இயல்பான வாழ்க்கைக்கு ஒரு பெரிய நிலப்பரப்பு தேவைப்படுவதால் அந்த நிலத்தை மனிதர்களைப்போல தனக்கானதாக மட்டும் கொள்ளாமல், அவ்விடத்தில் இருக்கும் அனைத்து உயிரினங்களுக்கும் பயனுள்ள வாழ்வை யானைகள் வாழ்கிறது. அவ்வாறு ஒரு நிலப்பரப்பின் அனைத்து உயிரினங்களின் வாழ்விலும் ஒளியேற்றும் பொறுப்பில் இருப்பதால் யானைகளை குடையினம் (Umbrella species) என்றும் அறிஞர்கள் கூறுகிறார்கள்.

ஆனால் சமீப காலங்களில், மனிதர்களின் குறுகிய கண்ணோட்டத்தினுடனான வளர்ச்சி, காடுகளை துண்டாடி உள்ளதால், அத்தகைய பெரும் நிலப்பரப்பிற்கான தேவை யானைகளிடம் பெருகி வருகிறது. யானைகளுக்கு காலம்காலமாக தலைமுறை தலைமுறையா தாங்கள் பயன்படுத்தி வரும் வழித்தடங்கள் அவற்றின் மூளையில் பதிவாகி உள்ளது. அவற்றை யானைகளால் மறக்க இயலாது. ஆனால் மற்ற உயிரினங்களை கருத்தில் கொள்ளாமல் மனிதன் கொண்டுள்ள வளர்ச்சியின் காரணமாக யானை வழித்தடங்களில் இன்று மனிதர்கள் வாழும் ஊர்களும், வயல்வெளிகளும், தொழிற்சாலைகளும் அமைந்துள்ளது யானைகளுக்கு பெரும் சவாலாகி விட்டது. தங்களின் வழித்தடத்தை மறக்காத யானைகள் அந்தப் பாதைகளில் வருவதால் மனிதர்களின் சொத்துக்களுக்கும், ஏன் உயிருக்கே மிக ஆபத்தாக அமைகிறது. யானைகள் ஊருக்குள புகவில்லை, மனிதர்களாகிய நாம்தான் காடுகளுக்குள் புகுந்து விட்டோம் என்பதை நாம் உணரும் வரை யானைகளுக்கும் மனிதர்களுக்குமான இந்த உறவு சிக்கலுக்கு தீர்வில்லை.

வரம் 6: புலி

சில உயிரினங்களுக்கு அனைவரையும் எளிதில் ஈர்க்கும் தன்மை இருக்கும். அவற்றை பாதுகாப்பதற்கு பொதுமக்களின் ஆதரவு எளிதில் கிடைக்கும். அவற்றின் பாதுகாப்பிற்கு கொடுக்கப்படும் ஆதரவு, அதன் வாழும் சூழலை மட்டுமல்லாமல் சூழல் மண்டலம் முழுவதும் பாதுகாக்கப்படுவதற்கான தூண்டுகோலாக அமையும். அத்தகைய உயிரினங்களை சூழ்நிலை அடையாள உயிரினங்கள் (Flagship species) என்று குறிப்பிடுவதுண்டு. ஒரு குறிப்பிட்ட இடத்தின் தன்மையையும் பிரச்சனையையும் சமுதாயத்திற்கு எடுத்துரைக்கும் அடையாளச் சின்னமாக இவை கருதப்படுகின்றன.

அத்தகைய தனிச்சிறப்பு பெற்ற ஒரு விலங்கினங்களில் ஒன்று தான் புலி. அதனால்தான் வங்காள புலியானது

நமது நாட்டின் தேசிய விலங்காக அறிவிக்கப்பட்டு அனைவரின் மனதுக்கும் நெருக்கமான விலங்கினமாக திகழ்கிறது. அனைவரின் காடுகள் குறித்த கற்பனையிலும் முக்கிய இடத்தையும் பெற்றுள்ளது. மேலும் சில உயிரினங்களின் இருப்பு அந்த சூழல் மண்டலத்தின் மீது அதிக தாக்கத்தை ஏற்படுத்தும். இந்த உயிரினங்கள் சூழல் அமைப்பில் ஏற்படுத்தும் பாதிப்பின் விகிதம் அவற்றின் எண்ணிக்கைக்கு பொருத்தமற்றதாக இருக்கலாம். அத்தகைய உயிரினங்களின் அழிவு சூழல் அமைப்பில் பெரும் மாற்றங்கள் ஏற்பட தூண்டுவதுடன், உயிரின பன்மைய இழப்பையும் ஏற்படுத்தும். அவ்வாறு சூழல் அமைப்பில் முக்கிய பங்கு வகித்து சூழல் அமைப்பின் செயல்பாடுகளுக்கு குறிப்பிடத்தக்க வகையில் செறிவூட்டுகின்ற உயிரினங்களை பல்லுயிர் ஆதார உயிரினங்கள் (Keystone species) என்று அழைக்கிறோம். அத்தகைய சிறப்பும் புலிக்கு உண்டு. மேலும் புலிகள் தனியாக வாழ்பவை. ஆம்… சிங்கம் எப்போதும் சிங்கிளாக வராது. புலிதான் சிங்கிளாக வரும். தனக்கென ஒரு பெரிய பரப்பளவு (Home Range) கொண்ட எல்லையை நிர்ணயித்து அதில் வாழும் தன்மை கொண்டது. அவ்வாறான உயிரினங்கள் பாதுகாக்கப்படும் போது அந்த பரப்பளவில் வாழும் பல்லாயிரக்கணக்கான உயிரினங்களும் பாதுகாக்கப்படும். அவற்றை குடையினம் என்று அழைக்கிறோம். இந்த அளவீடும் புலிக்கு கச்சிதமாக பொருந்துவதால் வனப்பாதுகாப்பில் புலிகளுக்கு மிகந்த முக்கியத்துவம் வாய்க்கப் பெறுகிறது. புலிகளை பாதுகாப்பதும் வனங்களை பாதுகாப்பதும் ஒன்றே என்று கொள்ளலாம்.

ஒரு உணவுச் கூம்பு பட்டகத்தில் உச்சநிலை வேட்டையாடும் விலங்கினம் நலமாக இருந்தால், அந்த உணவு கூம்பு பட்டகத்தின் அனைத்து படி நிலைகளிலும் உள்ள உயிரினங்களும் நலமாக இருப்பதாக கொள்ளலாம். இதையே நிலை எதிர்மாறாக, ஒரு உணவு கூம்பு பட்டகத்தின் அனைத்து படிநிலைகளிலும்

உள்ள உயிரினங்களும் நலமாக இருந்தால் தான், அதிலுள்ள உச்சநிலை வேட்டையாடும் விலங்கினமும் நலமாக இருப்பதாக கொள்ளலாம். அத்தகைய உச்சநிலை வேட்டையாடும் விலங்கின அந்தஸ்தை பெற்ற புலி, உணவு சங்கிலியில் தாவர உண்ணிகளின் எண்ணிக்கையை கட்டுப்படுத்துவதில் முதன்மையான பங்கு வகிக்கிறது. தாவர உண்ணிகளின் எண்ணிக்கை அதிகமாவதால் என்ன ஆகிவிடப் போகிறது என்று நீங்கள் எண்ணலாம். சூழலமைப்பில் ஒவ்வொரு உயிரினமும் இயற்கை தனக்கு அளித்த வரையறையை மீறும்போது, உணவுச் சங்கிலியில் அதற்கான இடத்தை இயற்கையின் அனுமதி இல்லாமல் விஸ்தீரணம் செய்யும்போது, பூமி தன் சமநிலையை இழக்கும் அபாயம் ஏற்பட்டு, அதற்கான பலாபலன்களை இந்த உலகில் ஒவ்வொரு உயிரினமும் அனுபவிக்க வேண்டிவரும்.

இன்று மனிதன் உணவுச் சங்கிலியில் தனது இடை நிலையை மறந்து உச்சநிலைக்கு செல்லும் முயற்சியினால் உலகின் அனைத்து உயிரினங்களும் பல்வேறு இன்னல்களை சந்தித்து வருகிறது. மனிதர்கள் இந்த பூமிக்கு இழைத்த கொடுமைகளை சொல்ல, இந்த ஒரு அத்தியாயம் போதாது. ஆகவே மனிதர்களை விட்டுவிட்டு

நாம் புலிக்கு வருவோம். கொன்றுண்ணியான புலி தாவர உண்ணிகளை உணவாக உட்கொள்வதால், அவற்றின் எண்ணிக்கையை கட்டுப்படுத்துவதில் பெரும்பங்கு வகிக்கிறது. மான், மிளா, காட்டுப்பன்றி போன்ற தாவர உண்ணிகளின் எண்ணிக்கை அதிகமாகும் போது, வனத்தின் தாங்கு திறனை (Carrying capacity) அவை மீறும். அப்போது காடுகளை விட்டு அவை வெளியே வருவதற்கான வாய்ப்புகள் அதிகமாகும். காடுகளை விட்டு வெளியே வரும்போது மனித மிருக மோதலுக்கான வாய்ப்பாய் அமையும். மனித உயிர் சேதம் மற்றும் சொத்துக்கள் சேதம் ஆகியவற்றிற்கு காரணியாகும். மேலும் தாவர உண்ணிகளின் எண்ணிக்கை அதிகமாகும்போது, வனத்திலுள்ள செடிகள், புற்கள் போன்றவை அதிகமாக உண்ணப்படும். இதனால் வனத்தில் உள்ள உயிர் மண்டலத்திற்கு தன்னைத்தானே மீள உருவாக்கம் செய்வதற்கு சரியான அவகாசமில்லாமல் விரைவில் உண்ணப்பட்டு அழிக்கப்படும். இதனால் ஏற்படக்கூடிய அடுக்கடுக்கான விளைவுகள் என்னவென்று பார்ப்போம்.

வெள்ளைப் புலி

காடுகள் தான் இந்த உலகத்தின் நீர்ப்பிடிப்பு பகுதிகள். செடிகள், புற்கள் போன்ற தாவரங்கள் தங்கள் வேரோடு

சேர்த்து மண்ணில் நீரை பிடித்து வைத்துக் கொள்கின்றன. நம் நாட்டில் பெரும்பான்மையான மக்களுக்கு நீராதாரமாக விளங்கும் நதிகளில் பெரும்பான்மையானவை பாதுகாக்கப்பட்ட காடுகளான புலிகள் காப்பகங்களில் இருந்து தோன்றுபவை தான். ஆகவே இந்த புலிகள் பாதுகாக்கப்பட்டால் மட்டுமே, அந்த காடும் பாதுகாக்கப்படும். மக்களும் பாதுகாக்கப்படுவார்கள். மேலும் காடுகளில் நீர் பிடிப்புத் தன்மை குறையும்போது, வெள்ளம், நிலச்சரிவு போன்ற பேரழிவுகளும் அதிகமாக நிகழும் வாய்ப்புகள் உண்டு. புலிகளும் புலிகள் வாழும் காடுகளும், மனிதன் இந்த பூமியில் உயிர் வாழ்வதற்கான அடிப்படைத் தேவையான நீர் கிடைப்பதற்கு முக்கியக் காரணியாகிறது. அதனால்தான் வன உயிரின பாதுகாப்பு சட்டம் 1972 இன் படி அட்டவணை 1 இல் இடம்பெற்று உச்சபட்ச பாதுகாப்பை புலிகள் பெறுகிறது. அவ்வளவு ஏன், வனக்குற்றம் எதுவாயினும், அது புலிகள் காப்பகத்தின் எல்லைகளுக்குள் நிகழ்த்தப்பட்டால், அதற்கான தண்டனையின் தீவிரம் வனச்சட்டங்களின் படி பன்மடங்கு உயர்கிறது. மேலும் தேசிய அளவில் நான்காண்டுகளுக்கு ஒரு முறை கணக்கெடுப்பு நடத்தப்படும் பெருமையையும் புலிகள் கொண்டுள்ளது. புலிகளின் உடலில் உள்ள செங்குத்தான கருப்பு கோடுகள் நம் கையில் உள்ள ரேகைகள் போல ஒவ்வொரு புலிக்கும் தனித்துவம் வாய்ந்தது. அந்தக் கருப்புக் கோடுகளை தானியங்கி கேமராக்கள் மூலம் படம்பிடித்து மற்றும் மரபணு பரிசோதனை போன்ற பல உயர்ந்த தொழில் நுட்பங்கள் மூலம் புலிகள் கணக்கிடப்படுகின்றது. ஒவ்வொரு புலியும் மிகவும் மதிப்புமிக்கது என்பதால் இத்தகைய விரிவான கணக்கெடுப்பு நடத்தப்படுகிறது.

பொதுவாக தன்னுடைய வரையறுக்கப்பட்ட எல்லைக்குள் வேறு ஒரு புலியை உள்ளே நுழைய அனுமதிக்காத புலிகளின் எல்லைகளுக்குள் மனிதர்கள் ஆக்கிரமித்துள்ளது அவற்றை குறுகிய எல்லைகளுக்குள் வாழ நிர்ப்பந்தித்துள்ளது.. இதற்கான இயற்கையின்

எதிர்வினையாக தான் வெள்ளம், புயல் போன்ற பல பேரிடர்களை மனித குலமே சந்தித்து வருகிறது. இந்த உலகம் மனிதர்களுக்கானது மட்டுமல்ல அனைத்து உயிரினங்களுக்குமானது என்பதை உணர்ந்தால் மட்டுமே இந்த பூமி வாழ தகுதியானதாக நிலைக்கும்.

வரம் 7: பவளப்பாறை

வனங்கள் என்றால் நம் கற்பனைகளில் இடம்பெறும் மரங்களும், செடி கொடிகளுமான அடர்ந்த காடுகள் மட்டுமல்ல. இந்த புவியில் செறிந்த உயிரிய பன்மயமும் சுற்றுச்சூழலுக்கு அதி முக்கிய பங்காற்றும் அனைத்து பகுதிகளுமே வனங்கள் தான். அவ்வாறு நமது காடுகளின் கற்பனைகளில் இருந்து சற்றே விலகி இருக்கும் காடுகளில் ஒன்றுதான் பவளப்பாறைகள். பவளப்பாறைகள் உயிருள்ளவையா என்று தோன்றலாம்? சில வகை கடல் உயிரினங்களின் வாழ்ந்து முடிந்த எச்சங்களும் வாழ்ந்து கொண்டிருக்கும் சில உயிரினங்களின் சேர்க்கையுமே பவளப்பாறை திட்டுகள் ஆகும்.

கோரல் பாலிப்ஸ் (Coral Polyps) எனப்படும் கடல் நுண்ணுயிரிகள் வளர்ந்து எண்ணற்ற பவளப் பாலிப்புகள் இணைந்து கூட்டமாக வாழும் பவளங்களை உருவாக்குகின்றன. இவை குழியுடலிகள் வகையை சார்ந்தவை. பெரும்பாலான பவளங்கள் கூட்டமாக வாழ்பவை. பாலிப்புகள் ஒருபுறத்தில் மட்டுமே திறந்து இருக்கக்கூடிய வயிற்றுப் பகுதியை பெற்றுள்ளன. வயிற்றுப் பகுதியில் திறந்திருக்கும் முனை வாய் எனப்படுகிறது. வாயை சுற்றி நூலிழை போன்ற உணர் கொம்புகள் அமைந்துள்ளன. பாலிப்புகள் உணர் கொம்புகளை இரையைப் பிடிக்கவும், தற்காத்துக் கொள்ளவும், கழிவுகளை வெளியேற்றவும் பயன்படுத்துகின்றன.

பவளப்பாறை திட்டுகளை உருவாக்கும் பவளங்கள் சூசந்தல்லே (Zooxanthallae) ஆல்காவுடன் கூட்டுயிரி முறையில் வாழ்கின்றன. பவளங்கள் ஆல்காவிற்கு பாதுகாப்பான உறைவிடத்தையும் ஒளிச் சேர்க்கைக்கு தேவையான கூட்டு பொருட்களையும் தருகின்றன.

இதற்கு கைமாறாக பவளங்களுக்கு உயிர் வாழ தேவையான உணவை உற்பத்தி செய்து தருகின்றன. சூசந்தல்லே பவளங்களுக்கு தேவையான தாது சத்துக்களை வழங்குவதோடு, கண்களைக் கவரும் அழகிய வண்ணங்களையும் அவற்றிற்கு தருகின்றன.

இந்தப் பவளப் பாறைகளில் அப்படி என்ன சிறப்பு??? பெருங்கடலில் இருக்கும் பல்வேறு சூழல் மண்டலங்களில், மிக முக்கிய உயிர் ஆதார மையமாக விளங்குவது பவளப்பாறைகள். பல்வேறு கடல் உயிரினங்களின் வசிப்பிடமாக திகழ்கிறது. பொதுவாக காடுகள் என்றாலே நம் நினைவுக்கு வருவது மிகவும் அடர்ந்த மழைக்காடுகள் தான். பவளப்பாறைகளை "கடல்களின் மழைக்காடுகள்" என்று அழைக்கிறார்கள். அவற்றின் உயிரிய பன்மயம் எத்தகையது என்பதை இதன் மூலம் தெரிந்து கொள்ளலாம்.

உலகின் அனைத்து சமுத்திரங்களிலும் பவளப்பாறைகள் உருவாவதில்லை இவை உருவாவதற்கு விசேஷ சுற்றுச்சூழல் அவசியமாகும் சமுத்திர நீரின் வெப்பநிலை

20 டிகிரி செல்சியஸிலிருந்து 24 டிகிரி செல்சியஸ்க்கு இடைப்பட்டதாக இருக்கவேண்டும். சூரிய ஒளி சமுத்திரத்தில் ஆழப்பகுதி வரை நன்கு ஊடுருவ வேண்டும். கடல் அலை குறைவாக இருக்க வேண்டும். இந்தியாவில் மன்னார் வளைகுடா, பாக் விரிகுடா, கட்ச் வளைகுடா, அந்தமான் நிக்கோபார் தீவுகள் ஆகிய பகுதிகளில் பவளப்பாறைகள் காணப்படுகின்றன. லட்சத்தீவுகளின் தீவுக் கூட்டத்தில் பல தீவுகள் பவளப்பாறைகளால் ஆனவை தான். பாலிப்புகள் வளர்ச்சி அடையும்போது கால்சியம் கார்பனேட் தாதுவை உருவாக்குகிறது. இது சுண்ணாம்புக்கல் போன்றது. இதுவே பவளப்பாறையின் அடிப்படை கட்டமைப்பாக விளங்குகிறது. பாலிப்புகள் வளரவளர ஆயிரக்கணக்கான புதிய பாலிப்புகளும் உருவாகிறது. அனைத்து பாலிப்புகளும் இணைந்து பெருகி பெரிய பாறை அடுக்கு போல மாறிவிடுகிறது. இந்த பவளங்கள் மூளை வடிவு, மான்கொம்பு வடிவு, தட்டு வடிவு, மேஜை வடிவு போன்ற பல வடிவங்களில் காணப்படுகின்றன. இவ்வாறு பவளப்பாறைகள் உருவாவதற்கு எவ்வளவு காலம் ஆகும் என்று யோசித்தால், மனிதர்கள் இயற்கையின் முன்னால் எவ்வளவு சிறியவர்கள் என்பதை உணரலாம். ஆம்.. பல லட்சம் ஆண்டுகளின் தொடர் நிகழ்வாகவே பவளப்பாறைகள் உருவாகின்றன. பவளப்பாறைகளால் ஆயிரக்கணக்கான ஆண்டுகள் உயிர் வாழமுடியும். சில பவளப்பாறைகள் ஐந்து கோடி ஆண்டுகளுக்கு முன்பே தனது வாழ்க்கையை தொடங்கி இருக்கும் என்று கருதப்படுகிறது. இவ்வளவு நீண்ட காலம் வாழும் பவளப்பாறைகள் தன் வாழ்நாள் முழுவதும் பல்லாயிரக்கணக்கான உயிரினங்களுக்கு பயனுள்ள வாழ்வை வாழ்கிறது.

இப்பவளப் பாறைத் திட்டுகள் பலவகைப்பட்ட கடல்வாழ் உயிரினங்களுக்கு உறைவிடமாக விளங்குவதோடு மட்டுமல்லாமல் எண்ணற்ற கடல்வாழ் உயிரினங்களுக்கு இனப்பெருக்கம் செய்யும் களமாகவும்

திகழ்கிறது. கடலின் பரப்பளவில் ஒரு சதவிகிதத்திற்கும் குறைவான இடத்தை ஆக்கிரமித்து இருந்தாலும், பெருங்கடலில் உள்ள உயிரினங்களில் சுமார் 25 சதவிகிதம் பவளப்பாறை திட்டுகளில் தான் காணப்படுகின்றன. கடல் முள்ளெலி, புரையுடலிகள், நட்சத்திர மீன்கள், சுறா, இறால், சிங்கி இறால்கள், நத்தைகள் போன்றவை இவற்றுள் அடங்கும்.

கடல்வாழ் உயிரினங்களுக்கு மட்டுமல்லாமல் இப்புவியின் அனைத்து உயிரினங்களுக்கும் பவளப்பாறைகள் நன்மை பயக்கின்றன. பவளங்கள் வளிமண்டலத்தில் உள்ள கரியமில வாயுவை உறிந்து சுண்ணாம்பாக மாற்றுவதால், இவை நிலத்தின் காடுகளைப் போல கரியமில வாயு தேக்கியாகவும் செயல்படுகின்றன. இதன் மூலம் பூமி வெப்பமயமாதலை கட்டுப்படுத்த பவளப்பாறைகள் பெரிதும் உதவுகின்றது. கடலோரப் பகுதிகளில் கடல் அலைகளின் வேகத்தை கட்டுப்படுத்தி நிலப்பரப்பு அரிமானமாவதிலிருந்து பவளப்பாறைகள் பாதுகாக்கின்றன. கடல் அலைகளின் வேகத்தை சுமார் 97 சதவிகிதம் பவளப்பாறைகள் மட்டுப்படுத்தி விடுவதாக அறிஞர்கள் கூறுகிறார்கள். கடல் நீர் ஊருக்குள் புகாமல் பாதுகாப்பதன் மூலம் மனிதர்களுக்கு நீர் ஆதாரமாக விளங்கும் நிலத்தடி நீரில் கடலின் உப்பு நீர் கலந்து விடாமல் பவளப்பாறைகள் பாதுகாக்கின்றன.

மேலும், பவளங்கள் பொதுவாக வடிகட்டி உண்ணும் இயல்புள்ள உயிரி என்பதால், நீரின் தரத்தை மேம்படுத்துவதிலும் பங்காற்றுகின்றன. பவளப் பாறைகளில் மீன்வளம் செறிந்து காணப்படுகின்றது. உயிர்காக்கும் பல மருந்துகளின் மூலப்பொருட்கள் பவளப் பாறைகளில் இருந்து பெறப்படுகின்றது. பவளப்பாறை திட்டுகளில் பல உயிரினங்கள் இணைந்து செயல்படுவதால், இங்கு தாதுப் பொருட்களின் சுழற்சி அதிவேகமாக நடைபெறுகின்றது. இதனால் இவை அதிக உற்பத்தி திறன் கொண்ட சூழல் அமைப்பாக கருதப்படுகின்றது.

இவ்வாறு தனித்துவம் வாய்ந்த சூழல் அமைப்பான பவளப்பாறைகளை அச்சுறுத்தும் விதமாக 'பவளப்பாறை வெளிர்தல் நிகழ்வு' (Coral bleaching) பல சமுத்திரங்களிலும் காணப்படுகின்றது. புவி வெப்பமயமாதல் போன்ற காரணங்களினால் சமுத்திரங்களின் வெப்பநிலை அதிகரித்தல், தொழிற்சாலை கழிவுநீர் மற்றும் வீட்டு கழிவு நீர் போன்ற மாசுக்கள் கடலில் உள்ள ஆல்காக்களின் அதிகமான வளர்ச்சியை தூண்டுதல் போன்ற காரணங்களினால் பவளப்பாறைகள் வெளிர்தல் நிகழ்கின்றது. பவளங்களில் உள்ள சூசந்தல்லே ஆல்காவின் ஒளிச்சேர்க்கைக்கு சூரிய ஒளி தேவைப்படுவதால், பவளப் பாறைத் திட்டுகள் வளர்வதற்கு தெளிந்த நீர் தேவைப்படுகிறது. இதனால் பவளப் பாறைத் திட்டுகள் பொதுவாக மிதவை பொருட்கள் குறைவாக உள்ள கலங்கலற்ற நீரிலேயே காணப்படுகின்றன. மாசுக்கள் கடலில் கலப்பதால் ஆல்காக்களின் வளர்ச்சி தூண்டப்படுவதால், கடல்நீரில் சூரிய ஒளி ஊடுருவுதல் குறைந்து, நீரின் அடியில் உள்ள பவளங்களுடன் கூட்டு உயிரியல் முறையில்

வாழும் சூசந்தல்லே ஒளிச்சேர்க்கை செய்ய இயலாமல் போகின்றது. இதனால் பவளங்கள் உயிரிழக்க நேரிடுகின்றது. அதுமட்டுமல்லாமல், சுண்ணாம்புக்காக பவளப் பாறைகள் வெட்டி எடுக்கப்படுதல், வெடிவைத்து மீன்பிடிக்கும் முறையால் தகர்ந்து போதல், அலங்காரப் பொருட்களுக்காக சேகரிக்கப்படுதல் போன்ற காரணங்களினாலும் பவளப்பாறைகள் அழிவை சந்தித்து வருகிறது.

பவளப்பாறை சூழலமைப்பு அழிந்து விடுதல் என்பது பவளங்கள் மட்டும் உயிரிழந்து விடுவதை குறிப்பதில்லை, பவளப்பாறை சூழல் அமைப்பில் உள்ள அனைத்து உயிரினங்களும் ஒட்டுமொத்தமாக அழிவதை குறிக்கிறது. அதனால்தான் பவளப்பாறைகள் சூழல் அமைப்பின் ஆரோக்கியத்தை சுட்டிக்காட்டும் உயிரினமாக திகழ்கிறது. இயற்கை பல்லாயிரக்கணக்கான ஆண்டுகள் முதலீடு செய்து உருவாக்கிய பவளப்பாறைகள் அளிக்கும் வரங்களை நமக்கு மட்டுமல்லாமல், வருங்கால சந்ததியினருக்கும் வழிவழியாக கிடைக்கும் வகையில் அதை பாதுகாப்போம்.

வரம் 8: அலையாத்தி

பிச்சாவரம் என்ற கிராமத்தின் பெயரை 2004ஆம் ஆண்டு தமிழகத்தில் அனைவருமே கேள்விப்பட்டிருப்போம். டிசம்பர் 26, 2004 அன்று சுனாமி என்ற ஆழிப்பேரலை கடலோரப் பகுதிகளை தாக்கியபோது தமிழகத்தின் கடலூர் மாவட்டத்திலுள்ள பிச்சாவரம், முத்துப்பேட்டை போன்ற பகுதிகளில் சுனாமி வந்ததற்கான சுவடே தெரியாமல் இருந்தது. இப்பகுதிகளை காவல் தெய்வமாக நின்று காத்தது எது? அலையிடை காடுகள், கடலோர மரக்காடுகள், கடலில் நடக்கும் காடுகள், கடலின் வேர்கள், கடலோர மழைக்காடுகள், அலையாத்தி காடுகள், தில்லைவனம், சுரபுன்னை காடுகள், கண்டன் காடுகள், என பல்வேறு பெயர்களால் அழைக்கப்படும் சதுப்பு நில காடுகளே. வெப்பமண்டல மற்றும் மிதவெப்ப மண்டல கடலோரப் பகுதிகளில் மட்டுமே காணப்படும் அலையாத்தி தாவரங்கள் கடலில் கரையோரங்களில் உள்ள சதுப்பு நிலங்களிலும், நதி முகத்துவாரங்களிலும், பாதுகாப்பான கடலோரப் பகுதிகளிலும், உவர் நீரில் வளரும் தாவரங்கள் ஆகும். நிலமும் கடலும் சேரும் பகுதிகளில், சில இடங்களில் மண்ணும் நீரும் சேர்ந்து சேற்றுப் பகுதியாகவும் சில அடி உயரத்திற்கு நீர் நிறைந்தும் இருக்கும். அலையாத்தி தாவரங்கள் இவ்வகையான சூழலிலேயே வளர்கின்றன. பசுமைமாறா காடுகளான இவை அலையாத்தி (Avicennia), கன்னா (Rhizophora), நரிக்கன்னா (Ceriops), தில்லை (Exocoecaria agallocha), போன்ற பல்வேறு வகையான சிற்றினங்களை உள்ளடக்கிய சூழல் அமைப்பாகும். கங்கை ஆற்றுப்படுகையில் உள்ள சுந்தரவனக் காடே உலகின் மிகப்பெரிய அலையாத்திக்

காடு. தமிழ்நாட்டில் திருவாரூரிலுள்ள முத்துப்பேட்டை மிகப்பெரிய அலையாத்தி காடுகளை கொண்டுள்ளது.

நிலையற்ற அடித்தளம் உடைய, கடுமையான ஏற்றவற்ற சூழலில் வாழ்வதற்கு உகந்த வகையில் தகவமைப்புகள் பெற்றுள்ள தாவரங்களுக்கு சிறந்த உதாரணம் அலையாத்தி தாவரங்கள் ஆகும். ஓத அலைகளின் தாக்கம் அதிகமுள்ள பகுதிகளில் வளரும் அலையாத்தி தாவரங்கள் பல்வேறு சவால்களை எதிர்கொள்ள வேண்டியிருக்கிறது. அவற்றில் முக்கியமானவை அளவுக்கதிகமான உப்பு தன்மை, ஆக்ஸிஜன் பற்றாக்குறை, நிலையற்ற அடித்தளம் போன்றவையாகும். இவ்வாறு இயற்கை அளித்துள்ள இடையூறுகளை சமாளிப்பதற்காக அலையாத்தி தாவரங்கள் பல்வேறு தகவமைப்புகளை பெற்றுள்ளது. அளவுக்கதிகமான உப்புத்தன்மையை நீக்குவதற்கு சில அலையாத்தி தாவரங்கள் உப்பு சுரப்பிகளை பெற்றுள்ளன. இவற்றின் மூலம் அதிகப்படியான உப்பை வடித்து தண்டு மற்றும் இலைகள் மூலம் வெளியேற்றுகின்றன. சில அலையாத்தி தாவரங்கள் உதிரும் நிலையில் உள்ள இலைகளில் உப்பை தேக்கி வைத்துக் கொள்கின்றன. அலையாத்தி தாவரங்கள்,

நீராவிப் போக்கை குறைப்பதற்காக தகவமைப்பாக கடினமான, சதைப்பற்றான இலைகளை பெற்றுள்ளன. மேலும் வெப்ப மண்டல மற்றும் மித வெப்ப மண்டலப் பகுதிகளில் வளர்வதால், சூரிய ஒளியை பிரதிபலிக்க செய்வதற்கு அவற்றின் இலைகளின் மீது மெழுகு போன்ற படிவத்தையும், சிறு ரோம கால்களையும் கொண்டுள்ளன. நிலையற்ற அடித்தளத்தில் ஊன்றி நிற்பதற்கு ஏற்றவகையில் அலையாத்தி தாவரங்கள் முட்டு வேர்களை (Stilt Roots) பெற்றுள்ளன. அவை அலையாத்தி மரங்களின் கிளைகள் மற்றும் தண்டுகளில் இருந்து வளரும் வேர்கள். இவை நிலை இல்லாத அடித்தளத்தில் பற்றிக்கொண்டு அசையாமல் நிற்பதற்கு இம்மரங்களுக்கு பெரிதும் உதவுகின்றது.

மேலும், நீர் தேங்கி நிற்கும் களிமண் பாங்கான இடங்களில் வாயுப் பரிமாற்றம் நடைபெறுவது இல்லை என்பதால் இப்பகுதிகளில் ஆக்சிஜனின் அளவு மிகக்குறைவாக இருக்கும். ஆக்சிஜன் பற்றாக்குறையை எதிர்கொள்ளும் வகையில் இம்மரங்கள் மண்ணிலிருந்து மேல் நோக்கி வளரும் சுவாச வேர்களை (Pneumatophores) பெற்றுள்ளன.

கடும் ஏற்றவற்ற சூழலில் வளர்வதற்கேற்ப அலையாத்தி தாவர விதைகள் தாய் மரத்தில் இருக்கும்போதே முளைப்புத் திறன் பெற்று விடுகின்றன (Vivipary). தாய் மரத்திலிருந்து முளைத்த விதைகள், நில அமைப்பை அடைந்ததும் வேரூன்றி வளரத் தொடங்குகின்றன.

அலையாத்தி காடுகள் மீன்கள், நண்டுகள், சிப்பிகள் போன்ற பலவகைப்பட்ட உயிரினங்களுக்கு உறைவிடமாகவும் இனப்பெருக்கம் செய்யும் களமாகவும் விளங்குகின்றன. சென்ற அத்தியாயத்தில் பவளப்பாறைகள் இவ்வாறு பல்லாயிரக்கணக்கான உயிரினங்களுக்கு வாழிடமாக திகழ்கிறது என்பதைப் பார்த்தோம். பவளப் பாறைகளில் வாழும் பல உயிரினங்களின் இனப்பெருக்க களம் அலையாத்தி காடுகளே. அலையாத்திக் காடுகளில் நீரில் வாழும் உயிரினங்கள் மட்டுமல்லாமல் பெரும் பாலூட்டிகளான புலி, நரி போன்ற விலங்கினங்களையும் காணலாம். அதுமட்டுமல்லாமல் மழைக்காடுகள், பவளப்பாறைகளுக்கு அடுத்தபடியாக இந்த பூமியில் அதிக உற்பத்தித் திறன் கொண்ட சூழலமைப்பு அலையாத்தி சூழலமைப்பே. அலையாத்தி தாவரங்கள்

கடலோரப் பகுதிகளை சுனாமி, புயல் போன்ற இயற்கை சீற்றங்களில் இருந்து பாதுகாக்கின்றன. கடலலையின் தீவிரத்தை பெரிதும் குறைத்து கடலோரப் பகுதிகளை காக்கும் அரணாகவும் விளங்குகிறது. நிலப்பரப்பு அரிமானமாவதிலிருந்தும் தடுக்கிறது.

பொதுவாக நிலப்பரப்பில் வளரும் காடுகளை விடவும் அதீத சக்தியுடன் கரியமில வாயுவைத் தேக்கும் சூழல் அமைப்பாக அலையாத்திக் காடுகள் விளங்குகின்றன. அலையாத்தி மரங்கள் கரியமில வாயுவை தேக்குவதோடு மட்டுமல்லாமல், அவை வளரும் சதுப்பு நிலங்களும் கரியமில வாயுவை தேக்குவதால், மிகவும் அதீத திறமையுடன் கரியமில வாயுவைத் தேக்கும் சூழல் அமைப்பாகவும் விளங்குகிறது. அதோடு மட்டுமில்லாமல், அலையாத்தி சூழல் அமைப்பில் மீன்வளம் செறிந்து காணப்படுவதால், பல மக்களுக்கு பொருளாதார மற்றும் உணவு பாதுகாப்பு அளிக்கிறது.

அலையாத்திக் காடுகள், மனிதர்களின் குறுகிய கால கண்ணோட்டத்தினுடனான வளர்ச்சியால் தொழிற்சாலைகளில் இருந்து வெளியேறும் நச்சு கழிவுகளினாலும், உப்பளங்களில் இருந்து வெளியேறும் அளவுக்கதிகமான உப்புத்தன்மை கொண்ட நீரினாலும், இறால் பண்ணைகள் அமைப்பதற்காக அழிக்கப்படுவதாலும், விவசாயத் தேவைகளுக்காக

அழிக்கப்படுவதாலும், நதிகளில் நீர் வரத்து குறைவதினாலும் அழியும் நிலைக்கு உள்ளாக்கப்படுகிறது. இயற்கை அலையாத்தி காடுகளுக்கு அளித்த சவால்களை எதிர்கொள்வதற்கான தகவமைப்புகளையும் இயற்கையே அந்த காடுகளுக்கு அளித்துள்ளது. இவ்வாறு இந்த பூமியில் ஒவ்வொரு வினைக்குமான எதிர்வினையை இயற்கையே அமைத்துள்ளது. அவ்வாறு இயற்கை வகுத்த விதிகளை உடைத்தெறிவது மனிதர்கள் மட்டுமே. அதனால் பாதிக்கப்படப்போவது இவ்வுலகின் அனைத்து உயிரினங்களும் தான். காலநிலை மாற்றம் போன்ற மனித வரலாற்றின் மிகப்பெரிய சவாலை எதிர்நோக்கி நாம் சென்று கொண்டிருக்கும் இவ்வேளையில் பவளப்பாறைகள், அலையாத்திக்காடுகள் போன்ற சூழல் அமைப்புகளே மனித குலத்தை காக்கும் அரண்களாக விளங்கும்.

வரம் 9: தமிழ் மறவன்

இந்த தலைப்பை பார்த்தவுடன் பலருக்கு இது வனங்கள் மற்றும் வன உயிரினங்கள் சார்ந்ததுதானா என்று சந்தேகம் எழுந்திருக்கலாம். தமிழ் மறவன், மலைச்சிறகன் என்ற பெயர்களால் அழைக்கப்படுவது சுற்றுச்சூழலில் முக்கிய பங்கு வகிக்கும் காட்டுயிரினம் மட்டுமல்லாமல், தமிழகத்தின் மாநில பட்டாம்பூச்சியும் கூட. மாநிலத்தின் மொழியை பெயரில் கொண்டிருப்பதாலும், மறத்தை போற்றும் தமிழர் கலாச்சாரத்தை குறிப்பதாலும் தமிழ் மறவன் (*Cirrochroa thais*) மாநில சின்னங்களின் வரிசையில் மாநில பட்டாம்பூச்சியின் அந்தஸ்தை பெற்றது. தென்னிந்தியாவின் மிக அழகிய பட்டாம்பூச்சிகளில் ஒன்றான தமிழ் மறவன் மேற்கு தொடர்ச்சி மலையில் காணப்படும் ஒரிட வாழ்வியாகும். பசுமை மாறாக் காடுகளிலும், மலையடிவாரங்களிலும், நிழலான பகுதிகளிலும், ஓடைக்கரைகளிலும் இவற்றைக் காணலாம். இவை நேர்கோட்டில் மிக விரைவாக பறக்கும் தன்மை கொண்டது. மிகுந்த விரைவுடன் பறப்பதன் காரணமாக மறவன் என்ற பெயரை பெற்றது. தமிழ் வலையிறகி (Tamil lacewing *Cethosia nietneri*) பட்டாம்பூச்சியுடன் நிலவிய கடும் போட்டிக்கிடையில் 2019ஆம் ஆண்டு தமிழ் மறவன் தமிழகத்தின் மாநில பட்டாம்பூச்சியாக அறிவிக்கப்பட்டது. இந்த அறிவிப்புடன், தமிழகம் மாநில பட்டாம்பூச்சியை தேர்ந்தெடுத்த ஐந்தாவது மாநிலமாக ஆனது. இதற்கு முன்னர் மகாராஷ்டிரா, உத்தரகண்ட், கர்நாடகா, கேரளா ஆகிய மாநிலங்கள் முறையே நீல அழகி (Blue Mormon *Papilio polymnester*), மயில் அழகி (Common banded peacock *Papilio crino*), பொன்னழகி (Southern birdwing *Troides minos*),

மலபார் மயில் அழகி (Malabar banded peacock *Papilio buddha*), ஆகிய பட்டாம் பூச்சிகளை மாநில சின்னமாக அறிவித்திருந்தது.

இவ்வாறு மாநில சின்னங்களாக பட்டாம் பூச்சிகளை அறிவித்ததன் நோக்கம் என்ன? பட்டாம்பூச்சிகளை குறித்து பொது மக்களிடம் விழிப்புணர்வை ஏற்படுத்துவதற்கும், அவை பாதுகாக்கப்பட வேண்டியவை என்ற செய்தியை பொதுமக்களுக்கு உணர்த்துவதற்கும், மக்களின் கவனத்தை பட்டாம்பூச்சிகளின் பால் ஈர்ப்பதற்குமேயாகும்.

தமிழ்மறவன் மேல் பகுதி

இவ்வுலகில் உள்ள பூச்சி இனங்களில் மிக அழகானதும் மிக அதிகமாக ஆய்வு செய்யப்பட்டதும் பட்டாம் பூச்சிகளே. இவ்வுலகில் சுமார் 18,000 பட்டாம்பூச்சி இனங்கள் உள்ளன. அதில் சுமார் 80% பட்டாம்பூச்சிகள் வெப்பமண்டல பகுதிகளில் காணப்படுகின்றன. தமிழகத்தில் தற்போது வரை 325 வகையான பட்டாம்பூச்சி இனங்கள் பதிவு செய்யப்பட்டுள்ளது. பட்டாம்பூச்சி இனங்களின் வகைகளிலும் எண்ணிக்கையிலும் மிக அதிகமாக காணப்படும் பகுதிகள் பட்டாம்பூச்சி வெப்ப

பகுதிகள் (Butterfly hotspots) என்று அழைக்கப்படுகின்றன. தமிழகத்தில் 32 பட்டாம்பூச்சி வெப்பப் பகுதிகள் பதிவு செய்யப்பட்டுள்ளது.

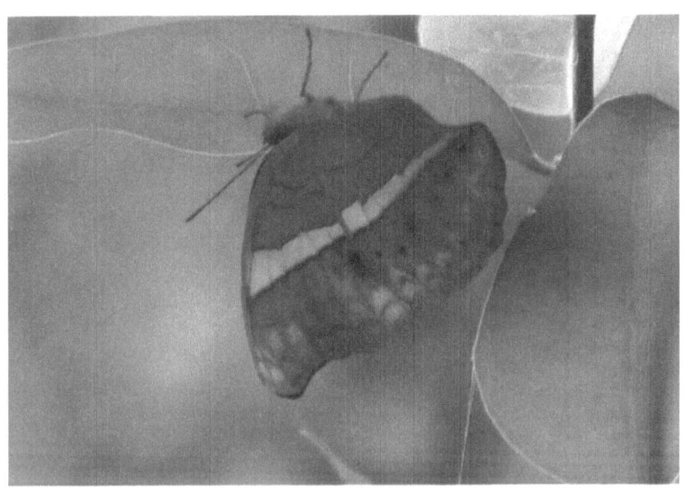

தமிழ் மறவன் கீழ்ப்பகுதி

பட்டாம்பூச்சிகள் தன் வளர்ச்சியில் முட்டை பருவம், புழுப்பருவம், கூட்டுப்புழு பருவம், இறக்கைகளுடன் பறக்க வல்ல முழு பட்டாம்பூச்சி பருவம் என நான்கு நிலைகளைக் கடக்கின்றன. வளர்ந்த பட்டாம்பூச்சிக்கு முன்னிறகும் பின்னிறகும் வலப்பக்கத்திலும் இடப்பக்கத்திலுமாக நான்கு சிறகுகள் உடலில் காணப்படும். உடல் தலை, மார்பு மற்றும் அடிவயிறு என மூன்று கூறுகளாகப் பிரிக்கப்பட்டிருக்கும். அவற்றுக்கு இரு உணர்கொம்புகளும், இரு கூட்டுக் கண்கள் மற்றும் ஒரு உறிஞ்சு குழலும் காணப்படும்.

பட்டாம்பூச்சிகளின் பிழைத்து வாழ்தல் திறமை அசாத்தியமானது. அவற்றில் சிலவற்றை அறிவோம். நாம் பறவைகள் வலசை போதல் பற்றி அறிந்திருப்போம். பட்டாம்பூச்சிகளும் வலசை போகும் என்பது தெரியுமா? வட அமெரிக்காவின் அதிகப்படியான குளிரை தாங்க

முடியாத பனிக்காலங்களில் அமெரிக்காவிலிருந்து தெற்கு நோக்கி மெக்சிக்கோ, ∴ப்ளோரிடா, கலி.∴போர்னியா மாகாணங்களுக்கு பறந்து செல்லும் அரசன் பட்டாம்பூச்சியின் (Monarch butterfly) வலசை உலகம் முழுவதும் பிரசித்தி பெற்றது. மீண்டும் வசந்த காலத்தில் வட அமெரிக்க கண்டத்தில் வடக்கு மற்றும் கிழக்கு நோக்கி வலசை செல்லும். இப்பயணத்தில் இவை சுமார் 3000 கிலோ மீட்டர் பயணிக்கின்றன. பட்டாம்பூச்சிகளின் வலசையில் மற்றும் ஒரு ஆச்சரிய தகவல் உண்டு. ஒரு தலைமுறை பட்டாம்பூச்சிகள் தங்கள் வலசை பயணத்தை தொடங்கி பாதி வழியிலேயே முட்டையிட்டு, அடுத்த தலைமுறை பட்டாம்பூச்சிகளை உருவாக்கி மடிந்து விடுகிறது. அடுத்த தலைமுறை பட்டாம்பூச்சி அந்த பயணத்தை தொடர்கிறது. உதாரணமாக அரசன் பட்டாம்பூச்சி வலசை போய் திரும்பி வருவது நான்காவது சந்ததியாகும். அவை திரும்பி வரும்போது அவற்றின் பெற்றோர் எந்த மரத்தில் தங்கி இளைப்பாறியதோ, அதே மரத்தில் தங்குவது ஒரு ஆச்சர்யமே. இவ்வாறு வலசை பயணத்தை பல சந்ததிகள் இணைந்து வெற்றிகரமாக நடத்தி முடிக்கிறது.

மயிலழகி

நம் நாட்டில் பார்த்தோமானால், தென்மேற்கு பருவமழைக்கு முன்னர், அதாவது, மே, ஜூன் மாதங்களில் க்ரோ (Crows) மற்றும் டைகர் (Tigers) வகையைச் சேர்ந்த பட்டாம்பூச்சிகள், கடுமையான மழையை தவிர்ப்பதற்காக மேற்கு தொடர்ச்சி மலையில் இருந்து கிழக்கு தொடர்ச்சி மலைகளுக்கு வலசை போகும். அங்கேயே முட்டையிட்டு அடுத்த தலைமுறையை உருவாக்கி மடிந்து போகும். அடுத்த சந்ததி வடகிழக்கு பருவ மழைக்கு முன்னர், அதாவது செப்டம்பர், அக்டோபர் மாதங்களில் மீண்டும் மேற்கு தொடர்ச்சி மலையை நோக்கி வலசை செல்லும். இவ்வாறு ஒரு வருடத்தில் இருமுறை வலசை நடைபெறுகிறது. இது உள்ளூர் வலசை (Local migration) என்று அழைக்கப்படுகிறது. சில பட்டாம்பூச்சிகள் உதாரணமாக, கிரிம்சன் ரோஸ் (Crimson rose) கடலோர மாவட்டங்களில் பயணித்து ராமேஸ்வரம் வழியாக இலங்கைக்கு வலசை செல்கிறது. இது நாடு விட்டு நாடு செல்லும் வலசையாகும் (Transnational migration).

கிரிம்சன் ரோஸ்

சில பட்டாம்பூச்சிகள் கண்டம் விட்டு கண்டம் செல்லும் (Transcontinental migration). உதாரணமாக, ஓவிய அழகி

(Painted lady) இவ்வாறு கண்டம் விட்டு கண்டம் செல்லும். மேலும், காமன் அல்பட்றாஸ் (Common albatross) போன்ற பட்டாம்பூச்சிகள் பனிக்காலங்களில் மலைகளிலிருந்து பள்ளத்தாக்கை நோக்கி வலசை (High altitudinal migration) செல்லும். இந்த வலசைகள் அனைத்துமே உணவுக்காகவும் உயிரை காப்பாற்றிக் கொள்வதற்குமே. பட்டாம்பூச்சிகளின் மற்றுமொரு தகவமைப்பு விஷச் செடிகளை புழு நிலையில் இருக்கும் போதே ஓம்புயிரி தாவரமாக தேர்ந்தெடுத்துக் கொள்ளுதல். உதாரணமாக, மஞ்சள் புலி (Plain Tiger) பட்டாம்பூச்சி எருக்கஞ்செடிகளில் தன் வாழ்வின் பெரும்பாலான பகுதிகளை கழிப்பதால் செடியின் விஷத்தன்மை அந்த பட்டாம்பூச்சியிலும் காணப்படுகிறது. இதனால் பறவைகள், ஊர்வன போன்றவற்றிலிருந்து வேட்டையாடப்படாமல் பாதுகாத்து கொள்ள உதவுகிறது. மேலும், பட்டாம்பூச்சியின் கண்ணைக் கவரும் வண்ணங்கள், இது போன்ற வேட்டையாடும் உயிரினங்களுக்கு இது விஷமாக இருக்கலாம் என்று எச்சரிக்கை மணி அடிக்கிறது. இவ்வாறு தன்னைத் தானே பாதுகாத்துக் கொள்ளும் நுட்பத்திற்கு பெயர் அப்போசெமாடிசம் (Aposematism) என்பதாகும். அதுமட்டுமல்லாமல், பெண் பசலை பட்டாம்பூச்சிகள் (Danaid eggfly butterfly), மஞ்சள் புலி பட்டாம்பூச்சிகளின் வண்ணத்தைப் போலவே போலியாக நடித்து தன்னை தானே வேட்டையாடுவதில் இருந்து பாதுகாத்துக் கொள்ளும். இவ்வாறு மற்றொரு உயிரினத்தை போல போலியாக நடித்து பாதுகாத்துக் கொள்ளும் உத்தியை பேட்டீஸியன் மிமிக்ரி (Batesian mimicry) என்று அழைப்பார்கள்.

பட்டாம்பூச்சிகளின் பிரதானமாக உணவு மலர்களிலிருந்து உறிஞ்சி குழலால் உறிஞ்சி எடுக்கப்படும் தேன் ஆகும். அவ்வாறு மலர்களில் அமர்ந்து தேனை உறிஞ்சும் போது, பட்டாம்பூச்சியின் உடம்பில் ஒட்டிக் கொள்ளும் மகரந்தங்களை மற்ற மலர்களுக்கு எடுத்துச் செல்கிறது. அதுமட்டுமின்றி, பட்டாம்பூச்சிகள் வலசை

செல்வதால் நீண்ட தூரங்களுக்கு அந்த மகரந்தத்தை கடத்தும் பணியையும் செய்கிறது. அதுமட்டுமின்றி, தாது உப்புகள், அமினோ அமிலங்கள் போன்ற தேவைகளுக்காக ஈரமான மண், பிற விலங்கினங்களின் கழிவுகள் போன்றவற்றிலிருந்து உறிஞ்சி எடுக்கிறது (Mud puddling). பொதுவாக ஆண் பட்டாம்பூச்சிகள் தாதுக்களை மண்ணிலிருந்து உறிஞ்சியெடுத்து இனப்பெருக்கத்தின் போது பெண் பட்டாம்பூச்சிக்கு பரிமாற்றம் செய்கிறது. இந்த தாது சத்துக்கள் அடுத்த தலைமுறைக்கான முட்டைகள் ஆரோக்கியமாக வளர்வதற்கு மிகவும் அவசியம். இவ்வாறு தாதுக்களின் சுழற்சியில் பட்டாம்பூச்சிகள் முக்கிய பங்கு வகிக்கிறது.

Mud Puddling

இத்தகைய பட்டாம்பூச்சிகள் உணவு கூம்பு பட்டகத்தில் கீழ் நிலையில் இருப்பதாலும், குறிப்பிட்ட தாவரங்களை மட்டுமே இனப்பெருக்க காலத்திலும் உணவுக்காகவும் நம்பி இருப்பதாலும், சுற்றுச்சூழலில் ஏற்படும் மிகச் சிறிய மாற்றங்கள் கூட அதை பெரிய அளவில் பாதிக்கிறது. தட்பவெட்பநிலை, சூரிய வெளிச்சத்தின் அளவு,

மழை போன்ற சுற்றுச்சூழல் காரணிகள் அனைத்துமே பட்டாம்பூச்சிகளின் இருப்பு மற்றும் அவை வலசை போகும் நேரம் மற்றும் விதம் ஆகியவற்றை பாதிக்கிறது. சிறிய மாற்றத்தை கூட தாங்க முடியாமல் உடனடியாக பாதிக்கப்படுவதால், பட்டாம்பூச்சிகள் காலநிலை மாற்றத்தை சுட்டிக்காட்டும் உயிரினமாக விளங்குகிறது. ஒரு பகுதியின் காலநிலை மாற்றத்தை பற்றி அறிந்து கொள்வதற்காக, அப்பகுதியில் உள்ள பட்டாம்பூச்சிகளை கவனித்தாலே போதுமானது. ஒரு சூழல்மண்டலத்தில் பட்டாம்பூச்சிகள் செறிந்து காணப்பட்டால், அப்பகுதியில் நிலவும் சுற்றுச்சூழல் ஆரோக்கியமானதாக இருப்பதாகக் கொள்ளலாம். முடிவாக, இந்த கண்ணைக்கவரும் பறக்கும் மலர்கள் இல்லை என்றால், உலகமே அதன் வண்ணத்தை இழந்துவிடும்.

வரம் 10: தும்பி

பொதுவாக வேட்டையாடிகள் என்றாலே, நம் நினைவுக்கு வருவது சிங்கம், புலி போன்ற கம்பீரமான விலங்கினங்களும், கழுகு, ஆந்தை போன்ற அச்சமூட்டும் பறவைகளுமே. ஆனால் இவை எல்லாவற்றையும் மிஞ்சும் ஒரு வேட்டையாடி நம்முடன் காலம் காலமாக வாழ்ந்து வருகிறது. அது வேறு யாருமல்ல நமக்கு அனைவருக்குமே பழக்கப்பட்ட தும்பி தான். இதன் வேட்டையாடும் திறன் எத்தகையது என்று விளக்க பிற வேட்டையாடிகளுடன் ஒப்பிடுகையில், நம் அனைவருக்கும் நன்கு தெரிந்த மறைந்திருந்து தனது உணவை தாக்கும் புலியின் வேட்டை வெற்றி விகிதம் வெறும் 5 சதவீதமே. அதாவது புலி நூறுமுறை வேட்டையாடச் சென்றால், அதில் 5 முறை மட்டுமே அதற்கு வெற்றி கிட்டும். அதேபோல் சிங்கத்திற்கும் வேட்டையாடி பறவைகளான ஆந்தை போன்ற பறவைகளுக்கும் சுமார் 25 சதவிகிதமே வேட்டை வெற்றி விகிதமாகும். ஆனால் நம்முடன் சகஜமாக வாழும் தும்பியின் வேட்டை வெற்றி விகிதம் 95 சதவிகிதமாகும். இது தும்பிகளுக்கு எவ்வாறு சாத்தியப்படுகிறது என்பதை புரிந்துகொள்ள தும்பிகளின் உடற்கூறுகளையும் நடத்தையையும் பற்றி நாம் புரிந்துகொள்ள வேண்டிருயிக்கிறது. தும்பிகள் என்றால் தட்டான் இனங்களையும், ஊசித்தட்டான் இனங்களையும் உள்ளடக்கிய வகைப்பாடு ஆகும்.

தட்டானை விட ஊசித் தட்டான் சற்று நீண்டு காணப்படும். தட்டானின் இறக்கைகள் விரிந்தும், இரண்டு கூட்டு கண்களும் இணைந்தும் முன் இறக்கைகளும் பின் இறக்கைகளும் வேறு வேறு உருவ அளவில் காணப்படும்.

ஊசித்தட்டானின் இறக்கைகள் மடங்கி உடம்போடு சேர்த்தும், கூட்டுக் கண்கள் தனித்தனி உருளைகளாகவும் முன் இறக்கைகளும் பின் இறக்கைகளும் கிட்டத்தட்ட ஒரே உருவ அளவில் காணப்படும்.

தட்டான்

ஊசித்தட்டான்

பொதுவாக நாம் பார்க்கும் தும்பி பூச்சிகளின் உருவம் அவற்றின் வாழ்நாளில் மிக சொற்ப காலமே. தும்பிகள் நீர்நிலைகளை நம்பி வாழும் பூச்சிகள். அதன் வாழ்க்கை சுழற்சியில் முட்டையிலிருந்து இளரிநிலையை (Nymph) அடைகிறது. பின்பு நாம் காணும் தட்டாம்பூச்சி ஆனபின்னர், சில வாரங்களே உயிர் வாழ்வதால், அதன் தலையாய கடமை இனப்பெருக்கம் மட்டுமே. இனச்சேர்க்கைக்கு பின்னர் பெண் தட்டாம்பூச்சி முட்டைகளை நீர்நிலைகளிலும் நீர்நிலைகளின் அருகிலும் இடும். அதிலிருந்து இளரி நிலையிலிருக்கும் சிறு பூச்சி வரும். தும்பி இனத்தைப் பொறுத்து சில வாரங்கள் முதல் நான்கு ஆண்டுகள் வரை இளரி நிலையில் நீருக்குள் வாழும். நீருக்குள் வாழும்போது, மீன்களைப் போல செவுள்கள் மூலம் சுவாசத்தை பெறும். நீரில் வாழும் கொசுக்களின் முட்டைகள், தவளைகள், பூச்சிகள் போன்றவற்றை உணவாக உட்கொள்ளும். பின்னர் இந்த இளரி சில தோலுரிதல்களுக்குப் பின்னர், தட்டானாக உருமாறும். தட்டான் பூச்சியாக உருமாறிய பின்னர் அதற்கு அசாத்திய பறக்கும் திறமை கிடைக்கிறது. ஒரு மணி நேரத்திற்கு 50 கிலோமீட்டர் வரை பறக்கும் சக்தி இருப்பதாக பதிவு செய்யப்பட்டுள்ளது. பறவைகளைப் போலவோ மற்ற பூச்சியினங்களைப் போலவோ இல்லாமல் இறக்கைகள் நான்கையும் தனித்தனியாக கட்டுப்படுத்தும் வல்லமை படைத்தது. அதனால் தான் தட்டான் பூச்சியால் மேலே, கீழே, இடப்புறம், வலப்புறம், முன்னால், பின்னால் என ஆறு திசைகளில் அசாத்தியமாக பறக்க முடிகிறது. அதுமட்டுமின்றி, அதன் கண்கள் பாதி உருளை (Hemisphere) போன்று இருப்பதால், அதனால் 360 பாகையில் எல்லா திசைகளிலும் பார்க்க முடியும். அதன் கூட்டு கண்களில் சுமார் 30 ஆயிரம் ஒமட்டிடியா (Omatidia) உள்ளது. அவை டெலஸ்கோப் போல செயல்பட்டு, இரையை துல்லியமாக பார்க்க முடிகிறது. அதுமட்டுமல்லாமல், தும்பியின் கீழ்தாடை மிகவும் சக்தி வாய்ந்தது. இரையை பிடிப்பதற்கு கீழ் தாடையையும், தனது ஆறு கால்களையும் கூடை போல் மடித்து நசுக்கி உட்கொள்ளும். பொதுவாக

மற்ற வேட்டையாடி பறவைகள், தேனீ, குளவி போன்ற நச்சுத்தன்மை வாய்ந்த பூச்சிகளை உண்பதில்லை.. ஆனால் தும்பி அவைகளையும் விட்டுவைப்பதில்லை அவ்வளவு ஏன்? தன்னுடைய தும்பி இனத்தில் உள்ள பிற பூச்சிகளை சில சமயங்களில் வேட்டையாடி உட்க்கொள்ளும் (Cannibalism). அதனுடைய உடற்கூறுகள் மட்டுமல்லாமல் வேட்டைக்கான தந்திரங்கள் தும்பியின் மூளையிலேயே பதிவு செய்யப்பட்டுள்ளது.

ஊசித்தட்டான்

பொதுவாக வேட்டையாடிகள் துரத்துதல் மற்றும் இடைமறித்தல் போன்ற வேட்டை உத்திகளை கையாளும். தும்பிகள் தனது உணவை துரத்திப் பிடித்தாலும், தனது உணவாகிய பூச்சி எங்கு நோக்கி செல்லும் என்று சரியாக யூகித்து அதற்கு முன்னரே அங்கு சென்று இடைமறித்து அதை பறக்கும் நிலையிலேயே பிடித்து வேட்டையாடி உட்கொள்ளும். அதுமட்டுமில்லாமல் தும்பிகள் அசைவு உருமறைப்பு (Motion camouflage) போன்ற ஏமாற்று வித்தைகளிலும் கை தேர்ந்தது. உதாரணமாக, நல்ல பார்வைத் திறன் மற்றும் பறக்கும் சக்தி கொண்ட ஈ

போன்ற பூச்சிகளை அதன் வேகத்திலேயே அதனுடனே பறந்து சென்று அதற்கு அசையாமல் நிலையாகயிருப்பது போல் போலியான பிம்பத்தை உருவாக்கி திடிரென்று அதைத் தாக்கி வேட்டையாடும். இதுமட்டுமல்லாமல் பறந்து கொண்டே இருக்கும் போதே திடிரென்று 180 பாகையில் திரும்பி பறக்கும் சக்தியும் கொண்டது. 3200 அடி உயரத்திலும் பறக்கும் சக்தி கொண்டது. இதுபோன்று அசாத்திய திறமைகள் இருப்பதால்தான் மிகச்சிறந்த வேட்டையாடியாக இயற்கையில் தும்பிகள் விளங்குகிறது.

வேட்டையாடுவதில் மட்டுமல்ல தனக்கென ஒரு எல்லையை வகுத்து வாழ்வதிலும் புலி, சிங்கம், யானை போன்ற விலங்கினங்களின் குணத்தைக் கொண்டது தும்பிகள். தனக்கான உணவும் தனக்கான இணையும் கிடைக்கும் வகையில் தனக்கென எல்லையை வகுத்துக் கொள்ளும். அதில் வேறு ஒரு ஆண் தும்பி நுழைந்தால் இரண்டு தும்பிகளுக்கும் இடையில் எல்லை மோதல் (Territorial fight) ஏற்படும். அதில் ஜெயிக்கும் தும்பி அந்த எல்லையை தனதாக்கிக் கொள்ளும்.

மேலும் பறவைகளையும் பட்டாம்பூச்சிகளையும் போல சில தும்பியினங்களில் வலசை போதலும் பதிவு செய்யப்பட்டுள்ளது. குறிப்பாக கிலோப் ஸ்கிம்மர் (Globe skimmer) என்னும் தும்பியினம் மேற்கு தொடர்ச்சி மலையில் இருந்து தொடங்கி ஆப்பிரிக்கா வரை வலசை செல்கிறது. இந்த நீண்ட பயணத்தை ஒரே தலைமுறையிலேயே பல இடங்களில் தங்கி முடிக்கிறது. அதுமட்டுமின்றி பல பூச்சிகளைப் போல தும்பிகளும் குளிர்ந்த ரத்தம் உடையது. அதன் உடலின் வெப்பநிலையை சீராக வைத்துக் கொள்ள வெயிலில் அமர்ந்து வெப்பத்தை உறிஞ்சி கொள்ளும். குளிர்காலங்களில் சிரசாசன நிலையில் வாலை தூக்கி அமர்ந்து தன் உடலில் சூரிய ஒளி படும் பரப்பளவை குறைத்து உடல் வெப்பம் அதிகமாகாமல் பார்த்துக்கொள்ளும். அதுமட்டுமல்லாமல் இறக்கைகளை வேகமாக அடித்து, தன் உடலின் வெப்பத்தை சீராக்கி கொள்ளும். சூழ்நிலைகளுக்கு ஏற்றவாறு பல தகவமைப்புகளை கொண்டுள்ளதால் தான் தும்பிகள் சுமார் 30 கோடி ஆண்டுகளாக இவ்வுலகில் தன் உருவத்தை மாற்றிக் கொள்ளாமல் வெற்றிகரமாக வாழ்ந்து வருகிறது.

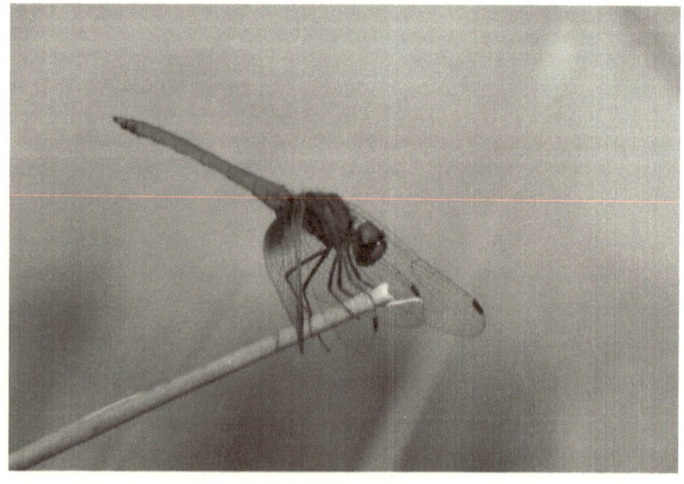

தும்பிகளுக்கும் நமக்குமான உறவை பார்ப்போம். தும்பிகள் இயற்கை வடிவமைத்த பூச்சிக்கொல்லிகள். தன் அசாத்திய வேட்டை திறமையால், வயல்வெளிகளில் உள்ள பூச்சிகளை அழித்து விவசாயிகளின் நண்பனாக விளங்குகிறது. அதுமட்டுமன்றி பறவைகள், சிலந்திகள், பல்லிகள், ஓணான்கள் போன்றவற்றிக்கு மிகவும் பிடித்த உணவாக தும்பிகள் விளங்குவதால், உணவுச் சங்கிலியில் முக்கிய இடத்தை பிடித்துள்ளது. மேலும் நீருக்கடியில் வாழ்வின் பெரும்பகுதியை கழிப்பதால், நீரில் முட்டையிடும் கொசு போன்றவற்றின் எண்ணிக்கையை கட்டுக்குள் வைப்பதில் பெரும் பங்கு வகிக்கிறது. அதன் மூலம் மனிதர்களுக்கு ஏற்படும் நோய்த் தொற்று போன்றவற்றிலிருந்து பாதுகாப்பதில் முக்கிய பங்கு வகிக்கிறது. அதுமட்டுமின்றி அவை வாழ்வதற்கு நன்னீர் தேவை என்பதால், நன்னீர் குறியீடாகவும் விளங்குகிறது. வயல்களில் ரசாயன பூச்சி மருந்துகள் உபயோகிப்பதன் மூலம் தும்பிகள் அழிக்கப்படுகின்றன. அதுமட்டுமன்றி நன்னீரிலே தன் வாழ்வின் பெரும் பகுதியை கழிக்கும் தும்பிகளுக்கு நன்னீர் பற்றாக்குறையும் ஒரு பெரிய சவாலாக உள்ளது. தொழிற்சாலைக் கழிவுகள், வீட்டுக் கழிவுகள் போன்றவற்றை நன்னீரில் வெளியேற்றி அதை சாம்பல் நீராக்கும் செயல்களை செய்வதன் மூலம் தும்பியினத்திற்கு மனித இனம் மிகப்பெரிய சிக்கலை ஏற்படுத்துகிறது. இவ்வுலகில் தோன்றியது முதல் சுற்றுச்சூழலுக்கும் மனிதர்களுக்கும் நன்மைகளை மட்டுமே செய்துவரும் தும்பிகளுக்கு குறைந்தபட்சம் நன்னீர் ஆதாரத்தையாவது உறுதி செய்வோம்.

வரம் 11: பாறு கழுகு

பறவைகள் என்றாலே மிகவும் அழகானதாகவும் வண்ணமயமானதாகவுமே பொதுவாகத் தோன்றும். அவற்றில் இருந்து சற்று விலகி பாறு கழுகுகள் அருவருப்பானதாகவும், தவறான கருத்துக்களின் பிரதிநிதிகளாகவும், தீய எண்ணங்களின் உருவகமாகவும், கெட்ட சகுனமாகவும் எதிர்மறையாக சித்தரிக்கப்படுகிறது. சங்க இலக்கியத்தில் 'பாறு' என்ற அழகிய பெயர் சூட்டப்பட்டிருந்தாலும் பெயரிலேயே அவதூறு பரப்பும் வகையில் பிணந்தின்னிக் கழுகு என்று அழைக்கப்படுகிறது. திபெத்திய கலாச்சாரம் மற்றும் பார்சி சமூகத்தினரிடையே நிலவும் பழக்க வழக்கங்களில் பாறு கழுகுகளுக்கு மிகுந்த முக்கியத்துவம் அளிக்கப்படுகிறது. மேற்கூறிய கலாச்சாரங்களில் இறந்தவர்களின் மனித உடலை அப்படியே திறந்த வெளியில் பாறு கழுகுகளுக்கு உணவாக விட்டுவிடும் (Sky burial) பழக்கம் நிலவுகிறது. பாறு கழுகுகள் சூழலியலில் எத்தனை முக்கியத்துவம் வாய்ந்தது என்பதை அறிந்தால் இவற்றைக் குறித்த எண்ணத்தை அனைவருமே மாற்றி அதை பாதுகாக்கவும் போற்றவும் முற்படுவோம் என்பதே நிதர்சனம். இவ்வுலகில் இருபத்திமூன்று வகையான பாறு கழுகு இனங்கள் உள்ளது. அவற்றில் ஐரோப்பா, ஆப்பிரிக்கா, ஆசியா கண்டங்களில் வாழும் 16 வகையான பாறு கழுகு இனங்கள் தொல்லுலக பாறு கழுகுகள் என்று அழைக்கப்படுகிறது. உலகின் மற்ற பகுதிகளில் வாழும் பாறு கழுகு இனங்கள் புதிய உலக பாறு கழுகுகள் என்று அழைக்கப்படுகிறது. ஆஸ்திரேலியா மற்றும் அண்டார்டிகா கண்டங்களில் இதுவரை பாறு கழுகுகள் பதிவு செய்யப்படவில்லை.

இந்தியாவில் ஒன்பது வகையான பாறு கழுகு இனங்கள் உள்ளது. தமிழகத்தில், வெண் முதுகு பாறு கழுகு (White rumped vulture), செந்தலை பாறு கழுகு (Red headed vulture), கருங்கழுத்து பாறு கழுகு (Indian vulture), மஞ்சள் முக பாறு கழுகு (Egyptian vulture) என நான்கு வகையான பாறு கழுகு இனங்கள் உள்ளது. அவற்றில் வெண் முதுகு பாறு கழுகு, செந்தலை பாறு கழுகு, கருங்கழுத்து பாறு கழுகு ஆகியவை அற்றுப் போகும் நிலையில் (Critically endangered) இருப்பதாக இயற்கை பாதுகாப்புக்கான சர்வதேச சங்கம் (IUCN) வெளியிடும் செம்புத்தகத்தில் (Red Data Book) வகைப்படுத்தப்பட்டுள்ளது.

1991-92 ஆண்டில் மேற்கொள்ளப்பட்ட பாறு கழுகுகளுக்கான கணக்கெடுப்பில், இந்தியா மற்றும் நேபால் பகுதிகளில் சுமார் 4 கோடி எண்ணிக்கையிலான பாறு கழுகுகள் இருந்ததாக பதிவு செய்யப்பட்டுள்ளது. 1992ம் ஆண்டிலிருந்து 2007 ஆம் ஆண்டிற்குள் இவற்றில் 99 சதவீத பாறு கழுகுகள் அழிந்து விட்டதாக கூறப்படுகிறது. மேலும் தமிழக தலைநகரமான சென்னையில் 1950ஆம் ஆண்டு

வரை காகத்தை விட பாறு கழுகுகள் எண்ணிக்கையில் அதிகமாக இருந்ததாக அறிவியலாளர்கள் கூறுகிறார்கள். சென்னைக்கு மிக அருகில் உள்ள திருக்கழுக்குன்றம் கோயிலில் கடந்த 20 ஆண்டு முன்புவரை ஒரு ஜோடி பாறு கழுகுகள் தினமும் வந்து இரை எடுத்ததாக பதிவு செய்யப்பட்டுள்ளது.

கடந்த சில ஆண்டுகள் வரை சர்வசாதாரணமாக அனைவரின் பார்வைக்கும் தென்பட்ட பாறு கழுகுகள் ஒரு குறுகிய காலகட்டத்திற்குள் எவ்வாறு அற்றுப் போகும் நிலைக்கு தள்ளப்பட்டது?? இயற்கையின் மிகவும் சிறந்த திறமையான துப்புரவாளர்களான பாறு கழுகுகளுக்கு இந்த நிலைமை வந்ததற்கான காரணங்களை கண்டறிய பல்வேறு கோணங்களில் ஆராய்ச்சிகள் மேற்கொள்ளப்பட்டது. ஆராய்ச்சியின் முடிவில் கிடைக்கப்பெற்ற காரணங்கள் யாரும் சற்றும் எதிர்பாராத விதமாக இருந்தது. இறந்த பிணங்களை உண்டு, இயற்கையை சுத்தம் செய்யும் பாறு கழுகுகள் இறந்த கால்நடைகளின் உடல்களை உண்பதால் இந்த பேராபத்தை சந்தித்திருக்கிறது என்று கண்டறியப்பட்டது.

பாறு கழுகுகள் காலங்காலமாக கால்நடைகளின் சடலங்களை உண்டு வருகின்றன. முன்னெப்போதும் நிகழாத பாறு கழுகுகளின் மரணம் சமீப காலங்களில் ஏன் நடைபெற்றது? கால்நடைகளுக்கு டிக்ளோஃபெனாக் சோடியம் (Diclofenac Sodium) எனப்படும் வலி நிவாரணி மருந்து அதிகமாக உபயோகிக்கப்படுவதால், அவற்றின் உடல்களில் அந்த ரசாயனத்தின் எச்சம் தேங்கி (Bioaccumulation), அவற்றை உண்ணும் பாறு கழுகுகளின் சிறுநீரகத்தை செயலிழக்கச் செய்து அவை கொத்துக் கொத்தாய் மரணித்துப் போவதற்கு காரணமாக இருந்தது கண்டறியப்பட்டது. மேற்கூறிய வலி நிவாரணி மருந்து எளிதில் கிடைப்பதாலும் விலை மலிவாக இருப்பதாலும் அந்த மருந்தை விவசாயிகள் கால்நடைகளுக்கு அதிகமாக பயன்படுத்தியதாக கண்டறியப்பட்டது. பின்னர் அரசு அம்மருந்தை கால்நடை உபயோகத்திற்கு முற்றிலும் தடை செய்தது.

ஆந்த்ராக்ஸ், கோமாரி போன்ற கொடிய நோய்கள் கால்நடைகளை தாக்கிய போதெல்லாம் அவற்றின் சடலத்தை உட்கொண்ட பாறு கழுகுகளுக்கு எந்த பாதிப்பும் ஏற்படவில்லை. ஆனால் மனிதன் உருவாக்கிய ஒரு ரசாயனம் அந்த இனத்தையே அழிவிற்கு தள்ளியுள்ளது. மனிதர்களின் குறுகிய காலக் கண்ணோட்டத்தினுடனான செயல்கள் இயற்கையை எந்த அளவிற்கு சீரழிக்கும் என்பதற்கு இதுவே நல்ல உதாரணம்.

இயற்கையில் தோட்டி விலங்குகளான (Scavenger animal) பாறு கழுகுகள் சமூகமாக வாழும் தன்மை கொண்டது. பறக்கும் போதும் சரி, உணவு உண்ணும்போதும் சரி தன் கூட்டத்தினருடனேயே இருக்கும். சூரிய ஒளியின் மூலம் காற்று சூடாகி வெப்பமான காற்று மேலெழும்பும் போது பாறு கழுகுகள் அதனுடன் சேர்ந்து அதுவும் மேலெழுந்து விடும். 33 ஆயிரம் அடி உயரம் வரை பாறு கழுகுகள் பறந்ததற்கான பதிவுகள் உள்ளன. இவ்வாறு வெப்பக்காற்றுடனேயே மேலெழுந்து விடுவதால், அதற்கு

இறகுகளை வேகமாக அசைத்து அதிக சக்தியை செலவிட வேண்டிய அவசியம் இல்லை.

மேலும் அந்த உயரங்களில் காற்றில் ஆக்சிஜனின் அளவு மிக மெல்லியதாக இருக்கும். அத்தகைய சூழ்நிலையிலும் சுவாசிக்கும் வண்ணம் அதன் இதயம் மற்றும் ரத்த குழாய்கள் இயற்கையால் வடிவமைக்கப்பட்டுள்ளது. இத்தகைய உயரங்களில் கூட்டமாக பறப்பதால், மிகப்பெரிய பரப்பளவை எளிதில் கண்காணிக்க முடியும். ஏதேனும் ஒரு உயிரினம் இறந்த உடனேயே அதற்கான உணவு தயார் என்று பாறு கழுகுகள் உடனடியாக வேலையில் இறங்கி விடும். ஒரு பெரிய விலங்கினத்தை கூட பாறு கழுகுக் கூட்டம் சில நிமிடங்களில் உண்டு முடித்து விடும். நோயை ஏற்படுத்தும் பாக்டீரியா, வைரஸ் போன்றவற்றால் நோய்வாய்ப்பட்டு உயிரை நீத்த விலங்கினங்களின் சடலங்களை உண்டாலும் அதன் வயிற்றில் ஜீரணத்திற்கான அமிலம் மிகவும் அமிலத்தன்மை வாய்ந்தது என்பதால் அதை எளிதில் ஜீரணித்து விடும். நோய்த்தொற்று கிருமிகளால் பாறு கழுகுகளை தாக்க இயலாது. மேலும் அழுகிப் போன

சடலங்களில் உருவாகும் நுண்ணுயிரிகள் மூலம் ஏற்படும் நோய்த் தொற்றையும் அவற்றை உண்பதன் மூலம் பாறு கழுகுகள் முறியடிக்கின்றன. இவ்வாறு பாறு கழுகுகள் அந்த சடலங்களை உண்ணாத பட்சத்தில் அவை இறுதியாக ஏதேனும் ஒரு நீர் நிலையிலேயே போய் சேர வேண்டியிருக்கும். இதுபோன்ற இயற்கை ஆதாரங்களில் இருந்து வரும் மக்கும் குப்பைகளே நீர்நிலைகள் மாசுபடுவதற்கு முக்கிய காரணியாகவும் மனிதர்களுக்கு பெரிய சவாலாகவும் உள்ளது.

பாறு கழுகுகளின் எண்ணிக்கை குறைந்த கடந்த சில ஆண்டுகளில் மற்ற தோட்டி விலங்குகளான நாய்கள், எலிகள் போன்றவற்றின் எண்ணிக்கை அதிகரித்துள்ளதாக ஆய்வுகள் கூறுகின்றன. இவற்றிற்கு பாறு கழுகுகளை போன்று நோய் தாக்கும் கிருமிகளை ஜீரணித்துக் கொள்ளும் சக்தி இல்லை. மேலும் இவை மனிதர்களோடு தொடர்புடைய விலங்குகள். ஆகவே விலங்கினங்களில் இருந்து மனிதர்களுக்கு நோய்த்தொற்றை பரப்ப இது வாய்ப்பாய் அமைகிறது. கடந்த சில ஆண்டுகளில் மட்டும் வருடத்திற்கு 20 ஆயிரம் ரேபீஸ் (Rabies) தொற்றுக்கள் பதிவு செய்யப்பட்டுள்ளதாக ஆய்வுகள் கூறுகின்றது. இவ்வாறு சுற்றுச்சூழலையும் சுத்தமாக வைத்து, மனிதர்களுக்கும் இவ்வுலகை பாதுகாப்பான இடமாக வைத்திருப்பதில் பாறு கழுகுகள் முக்கிய பங்கு வகிக்கின்றன. கடலுக்கு வெளியே நிலப்பரப்பில் இறந்த உயிரினங்களை மட்டுமே உண்டு வாழும் (Obligate scavenger) ஒரே உயிரினம் பாறு கழுகுகள் தான். சுற்றுச்சூழலுக்கு பாறு கழுகுகள் ஏற்படுத்தும் நேர்மறையான விளைவுகளையும் நன்மைகளையும் கருத்தில் கொண்டு அவை பல்லுயிர் ஆதார உயிரினமாக (Keystone species) பார்க்கப்படுகிறது. சில வருடங்களுக்கு முன்புவரை பெரும் எண்ணிக்கையில் காணப்பட்ட இவ்வினம் இன்று நம்முடைய காலத்திலேயே பேரிடரை சந்தித்து வருகிறது. இதற்கு மனிதர்களாகிய நாமன்றி வேறெதுவும் காரணம் இல்லை. நம் கண் முன்னால்

ஒரு உயிரினம் அழிவதை கண்டும் காணாதது போல் பொறுப்பில்லாமல் இனியும் நடந்துகொண்டால் மனிதர்களாகிய நமக்கும் பாறு கழுகுகளுக்கு ஏற்பட்ட இதே நிலைமை வரலாம்.

வரம் 12: தூக்கணாங்குருவி

சில ஆண்டுகளுக்கு முன்பு சிட்டுக்குருவிகள் நகர்ப்புறங்களில் இருந்து மறைந்து விட்டதாக அனைவருமே ஆதங்கப்பட்டு கொண்டோம். சிட்டுக்குருவிகள் மட்டுமா நம்மை விட்டு நீண்ட தூரம் கடந்து சென்றிருக்கிறது?? கூர்ந்து கவனித்தோம் என்றால், ஊர் புறங்களிலும் நகர்ப்புறங்களிலும் மனிதர்கள் வாழும் நிலப் பரப்பில் நம்மோடு இணைந்து இயைந்து கடந்த சில ஆண்டுகள் வரை வாழ்ந்த பல பறவைகள் இன்று நம்மை விட்டு விலகி வெகுதூரம் சென்று இருக்கிறது என்பதை உணர்வோம்.

அவ்வாறு நாம் தொலைத்த பறவைகளில் ஒன்றுதான் நமது அனைவரின் மனதுக்கும் நெருக்கமான தூக்கணாங்குருவி. சில ஆண்டுகள் முன்பு வரை சர்வ சாதாரணமாக பார்க்க

முடிந்த தூக்கணாங்குருவிகள் இன்று காண்பதற்கு அரிதாகிவிட்டது. தூக்கணாங்குருவிக்கு ஏற்பட்ட இந்த நிலையை மாற்ற அவற்றின் எண்ணிக்கையை கணக்கெடுக்க அறிவியலாளர்கள் முயன்று வருகிறார்கள்.

கிட்டத்தட்ட சிட்டுக் குருவியைப் போலவே உடல் அளவை கொண்டவை தூக்கணாங்குருவிகள். ஆண் தூக்கணாங்குருவி உச்சந்தலையிலும், மார்புப் பகுதியிலும், முதுகுப் பகுதிகளிலும் மஞ்சள் வர்ணத்தை கொண்டிருக்கும். பெண் தூக்கணாங்குருவி பழுப்பு நிறத்தில் பார்ப்பதற்கு கிட்டத்தட்ட சிட்டுக் குருவியைப் போலவே தோற்றமளிக்கும். பெரும்பாலும் தானியங்களை உண்ணும் தூக்கணாங்குருவிகள் கூடுகட்டும் காலங்களிலும், இனப்பெருக்க காலங்களிலும், குஞ்சுகளுக்கு உணவு ஊட்டும் காலங்களிலும், பூச்சிகள், வண்ணத்துப் பூச்சிகள், சிறு தவளைகள், புழுக்கள் போன்றவற்றை உணவாக உட்கொள்ளும் இவை கூட்டம் கூட்டமாக வாழும் தன்மை கொண்டது சில மரங்களில் 20 முதல் 30 வரை கூடுகளை காணலாம். இவை சிட்டுக்குருவிகளுடனும் தினைக்குருவிகளுடனும் சேர்ந்து ஒரே மரத்தில் கூட்டமாய் வாழ்வதும் பதிவு செய்யப்பட்டுள்ளது.

மற்ற பறவைகளை காட்டிலும் தூக்கணாங்குருவிகளின் சிறப்பு என்னவென்றால், அதன் கூடு கட்டும் திறமையே. மெத்தப் படித்த அறிவியல் அறிஞர்களையும் பொறியாளர்களையும் மிஞ்சும் அளவிற்கான கட்டிட திறமை கொண்டது. இந்த தூக்கணாங் குருவிகள். கூடு கட்டுவதற்கான இடத்தை தேர்வு செய்வதில் இருந்து இந்த கூட்டை வடிவமைப்பது வரை எல்லாவற்றையும் நேர்த்தியுடனும் அறிவியல் பூர்வமாகவும் செய்து முடிக்கிறது. பனை மரங்கள், ஈச்ச மரங்கள் போன்ற உயர்ந்த மரங்களை முதலில் தேர்வுசெய்யவும். ஆண் பனை மரங்களும், ஆண் ஈச்ச மரங்களும், இருக்கும்பட்சத்தில் அவற்றில் காய்கள் காய்க்காது ஆகவே மனிதர்களின் தொந்தரவு இருக்காது என்பதால் அவற்றிற்கு முன்னுரிமை கொடுத்து அவற்றை தேர்வுசெய்யவும். பொதுவாக நீர்நிலைகளின் அருகிலோ, கூடுகள் நீர்நிலைகளுக்கு மேலே தொங்குவது போன்ற அமைப்பு கொண்ட மரங்களையோ தான் தேர்வு செய்யும். சில சமயங்களில், கிணற்றுக்குள் வளர்ந்திருக்கும் செடிகளையும் தேர்வு செய்யும். நீருக்கு மேல் கூடுகள் தொங்குவது போன்ற அமைப்பு கொண்ட இடங்களை தேர்வு செய்யவும். சில இடங்களில் நீர்நிலைகளின் அருகில் இருக்கும் முள் செடிகளை தேர்வு செய்வதை காணலாம். இவ்வாறான இடங்களை கூடு கட்டுவதற்கு தேர்வு செய்வதற்கு முக்கிய நோக்கம் பாம்பு, காகம் போன்ற இரைக்கொல்லிகள் கூடுகளையும் குஞ்சுகளையும் நெருங்காமல் இருக்க வேண்டும் என்பதே. மேலும் பனைமரம், தென்னைமரம், ஈச்ச மரம் போன்ற மரங்களில் கூடு கட்டும் போது இலையின் நுனியில் கூடுகள் தொங்குவது போன்று வடிவமைக்கும். ஏனென்றால் இரைக்கொல்லிகள் ஒருவேளை மரத்தில் ஏறினால் கூட அவற்றினால் நுனியை நெருங்க இயலாது. மழைக் காலத்தின் தொடக்கத்தில் கூடமைக்க தொடங்கும். காற்றடிக்கும் திசையில் இருந்து எதிர் திசையை (Leeward side) பொதுவாக தேர்வு செய்யும். இவ்வாறு தேர்வு செய்யப்பட்ட மரங்களில் ஒரே மரத்தில் ஒரே பகுதியில்

பல கூடுகள் கூட்டமாக இருப்பதை காணலாம். இதன் முக்கிய நோக்கம் வேகமாக வீசும் காற்றில் இருந்து தற்காத்துக் கொள்வதே.

மேலும் தூக்கணாங்குருவி கூட்டின் நீண்ட அடிப்பகுதி காற்றடிக்கும் திசைக்கு எதிர்ப்புறத்தில் உள்ளவாறு அமைத்துக்கொள்ளும். இவ்வாறு அமைக்கும் போது காற்றடிக்கும் போது முட்டைகள் கீழே விழுவதை தவிர்க்கலாம். கூடு கட்டுவதற்கு நீண்ட நெற்பயிரின் தாள், கரும்பு தோகை, தென்னங்கீற்று, பனையோலை போன்றவற்றிலிருந்து தன் கூம்பு போன்ற அலகால் நீண்ட நார்களை கிழித்து கொண்டுவரும். உயரமான இடத்தை பிடிக்க தூக்கனாங்குருவிகளுக்கு இடையே போட்டி நிலவும். பொதுவாக அனுபவசாலிகள் இப்போட்டியில் உயர்ந்த இடத்தை பிடித்து வெற்றி பெறும். இடத்தை பிடித்த பின்னர் தூக்கணாங்குருவி கூடு கட்ட ஆரம்பிக்கும். இதில் கவனிக்க வேண்டிய மிகச் சிறப்பான விஷயம் என்னவென்றால் இவை அனைத்தையும், அதாவது கூடுகட்ட இடத்தை தேர்வு செய்வதில் இருந்து பாதி கூடு கட்டி முடிப்பது வரை ஆண் தூக்கணாங்குருவி தனிமையில் செய்து முடிக்கும்.

கூட்டில் ஜோடி தூக்கணாங்குருவிகளுக்கு தனியாக ஒரு அறையும், முட்டைகளுக்கு தனியாக ஒரு அறையும் அமைக்கும். முட்டைகள் இருக்கும் அறையை சுற்றி களிமண்ணைக் கொண்டு வந்து ஒட்டி வைக்கும். காற்றினால் கூடு அசைந்து முட்டைகள் உடையாமல் இருப்பதை களிமண் உறுதி செய்யும். மேலும், குஞ்சுகள் பிறந்த பின்னர், பூச்சிகள், புழுக்கள் போன்றவற்றை கொண்டுவந்து களிமண்ணில் ஒட்டி வைக்கும். அவை அந்த குஞ்சுகளுக்கு இரை ஆகும். மேலும் மின்மினிப் பூச்சி போன்ற பூச்சிகளை கொண்டு வந்து அந்த களிமண் சுவற்றில் ஒட்டி வைப்பதன் மூலம் அந்தக் கூடுகளுக்கு வெளிச்சம் கிடைப்பதால் அந்த ஒளியைப் பார்த்து பயந்து, பாம்பு போன்ற இரைக்கொல்லிகள் கூட்டின் அருகினில் அண்டாமல் இருக்கும்.

சமீப காலங்களில், மின்மினிப் பூச்சிகளை பார்ப்பதும் அரிதாகி விட்டது என்பதும் குறிப்பிடத்தக்கது. இவ்வாறு ஒரு கூட்டை கட்டிமுடிக்க ஒரு குருவி சுமார் 500 முறை பயணம் செய்ய வேண்டி இருக்கும். சுமார் 18 நாட்கள் உழைப்பிற்குப் பின்னர் ஒரு கூடு கட்டப் படுகிறது. அதன் பின்னர் அந்தப் பகுதியில் திரியும்

பெண் தூக்கணாங்குருவிகளுக்கு தன் இறகுகளை வேகமாக அசைத்தும் கூடுகளின் மீது தொங்கிக் கொண்டே சத்தம் எழுப்பியும் சமிக்ஞை மூலம் அழைப்பு விடுக்கும். பாதி கட்டப்பட்ட கூட்டை பெண் குருவி பார்வையிடும். அவ்வாறு பார்வையிடும்போது, கூடு மற்றும் குஞ்சுகளின் பாதுகாப்பே பெண் குருவிகளின் முதன்மையான கவலையாக இருக்கிறது. உயர்ந்த இடத்தில் அமைக்கப்பட்ட கூடுகளுக்கு பெண் குருவிகளால் முன்னுரிமை அளிக்கப்படுகிறது. கூட்டை பார்வையிட்டு பெண் குருவிகள் ஓகே சொல்லியவுடன், இரண்டும் சேர்ந்து கூட்டின் நுழைவாயிலை அமைக்கும். அதோடு அந்த இனப்பெருக்க காலத்திற்கான ஒப்பந்தப்படி இரண்டும் இணை சேர்ந்து, முட்டையிட்டு அடுத்த தலைமுறைக்கான குஞ்சுகளை உருவாக்கும்.

குஞ்சுகள் பிறந்த பின்னர் மிக அரிதாகவே ஆண் குருவி குஞ்சுகளைப் பராமரிக்கும். குஞ்சுகளை பராமரித்து வளர்க்கும் பொறுப்பு முழுவதும் பெண்குருவியை சேர்ந்தது. இவ்வாறு ஒரு குடும்பத்தை உருவாக்கிய பின்னர் ஆண் குருவி வேறு ஒரு கூட்டை உருவாக்க ஆரம்பிக்கும். வேறு ஒரு பெண் குருவியுடன் சேர்ந்து மேலும் குஞ்சுகளை உருவாக்கும். ஒரே சமயத்தில் ஒரு ஆண் குருவி பல கூடுகளை கட்டுவதையும் பார்க்கலாம். தூக்கணாங்குருவிகளில் ஆண் பெண் என இருபாலருமே பல துணையுடன் வாழும் தன்மை (Polygamus) கொண்டது. ஆகவே பெண் குருவியும் குஞ்சுகள் வளர்ந்தவுடன், வேறு ஆண் குருவியை நோக்கி செல்லும். இவ்வாறு ஒரே வருடத்தில் பல குடும்பங்களையும் தலைமுறைகளையும் உருவாக்கும். இத்தகைய அரிய குணங்களைக் கொண்ட தூக்கணாங்குருவிகள், மனிதர்களோடு பல காலமாக வாழ்ந்து வந்தாலும, சில காலங்களாக அவற்றை பார்ப்பது மிகவும் அரிதாகி வருகிறது. இவ்வாறு நாம் வாழும் சூழலிலும் அவற்றில் வாழும் உயிரினங்களிலும் ஏற்படும் மாற்றங்கள் மனிதர்களுக்கு இயற்கை அடிக்கும் எச்சரிக்கை மணியே.

வரம் 13: ஆந்தை

உலகமயமாக்கப்பட்ட பெருநகரங்களில் பொழுது சாய்ந்த பின்னரும் அந்த நகரம் தூங்காமல் இருப்பதை காணலாம். கொண்டாட்டம், குதூகலம், வேலைப்பளு, அழுத்தம் என நிறைய பரிமாணங்களைக் கொண்ட அந்த இரவு நேர நகரங்களில் வாழ மனித இனத்தில் பலர் பழக்கப்பட்டு விட்டனர். இயற்கையிலும் இதுபோன்று இரவு வாழ்க்கை வாழும் உயிரினங்கள் உள்ளது. சூரிய அஸ்தமனமாகி உலகில் இருள் சூழ்ந்து ஊரே உறங்கிய பின்னரே அந்த உயிரினங்களின் நாள் தொடங்குகிறது. அத்தகைய உயிரினங்களை இரவாடிகள் என்று அழைப்பது உண்டு. அத்தகைய வாழ்க்கை முறையை கொண்டு நம்முடன் காலம் காலமாக நம் வசிப்பிடங்களில் அருகினிலே வாழ்ந்து வரும் பறவைகளில் ஒன்றுதான் ஆந்தைகள்.

நமது வாழ்விடங்களின் அருகிலேயே வசித்தாலும், அவற்றைப் பற்றி பொதுவாக தவறான புரிதல்களே உள்ளது. அதற்கு முக்கிய காரணம் அவை இரவில் மட்டுமே செயல்படும் வாழ்க்கை முறை கொண்டுள்ளதே. அதுமட்டுமல்லாமல் ஆந்தைகளை சுற்றி பல்வேறு மூட நம்பிக்கைகளும், அச்சங்களும், குழப்பங்களும், கட்டுக்கதைகளும் கட்டப்பட்டுள்ளன. ஆந்தைகள் குறித்து நமது புரிதல் எந்த அளவுக்கு இருக்கிறது என்றால் ஆந்தை இனங்களை கொஞ்சம் உற்றுநோக்கி கவனித்தால், மிகவும் சாதாரணமாக தென்படும் கூகை/ கோட்டான் வகை ஆந்தையின் புகைப்படத்தை வேற்று கிரகத்திலிருந்து ஏலியன்ஸ் வந்திருப்பதாக குறிப்பிட்டு அடிக்கடி பத்திரிகைகளில் காணலாம்.

ஆந்தைகளை பார்த்தாலோ, அவற்றின் சத்தத்தைக் கேட்டாலோ அபசகுணம் என்றும், ஆந்தைகள் மரணத்தை குறிப்பவை என்றும், பல்வேறு அவப்பெயர்கள் ஒருபுறமிருக்க, ஆந்தைகள் இலட்சுமி தேவியின் வாகனம் என்று நம்பப்பட்டு அவற்றை செல்லப் பிராணிகளாக வளர்ப்பதற்கு பிடிக்கப்பட்டு அவற்றை

இயற்கை வாழிடங்களில் இருந்து பிரிப்பதும், அவற்றை பலி கொடுப்பதால் பெரும் புதையல், பெரும் செல்வம் கிடைக்கும் என்பது போன்ற மூடநம்பிக்கைகள் ஆந்தைகளை அழிவின் விளிம்பிற்கு தள்ளி உள்ளன. ஆந்தை மட்டுமல்ல இன்று உலகளவில் கள்ளச் சந்தைகளில் விற்கப்படும் பல காட்டுயிரினங்கள் அவ்விடத்தை அடைந்ததற்கு முக்கிய காரணம் மூடநம்பிக்கைகளே. இவ்வளவு அவப் பெயர்களை மனிதர்கள் மத்தியில் கொண்டுள்ள ஆந்தைகள், நிதர்சனத்தில் விவசாயிகளின் நண்பன். அதைப் புரிந்துகொள்ள ஆந்தைகளைப் பற்றி விரிவாக பார்ப்போம்.

உலகில் 241 வகையான ஆந்தை இனங்கள் தற்போது வரை ஆவணப்படுத்தப்பட்டுள்ளது. இந்தியாவில் 33 வகையும் தமிழகத்தில் 15 வகையான ஆந்தை இனங்களும் ஆவணப்படுத்தப்பட்டுள்ளன. ஆந்தைகளின் தனிப்பட்ட வாழ்க்கையை பற்றி பார்ப்பதற்கு முன்னால் அவற்றைப் பற்றிய மற்றுமொரு தவறான புரிதலை முதலில் சரி செய்வோம். ஆந்தைகளுக்கு பகலில் கண் தெரியாது என்பதுதான் அது. ஆனால் உண்மையில் ஆந்தைக்கு பகலில் கண் நன்றாக தெரியும். அதன் தலைப்பகுதியில் சுமார் 25% கண்கள் ஆக்கிரமித்துள்ளது. அத்தகைய பெரிய கண்கள் கொண்டுள்ள ஆந்தையால் மிகவும் துல்லியமாக பார்க்க முடியும். மனிதர்களைப் போலவே ஆந்தைகளுக்கும் கண்கள் முன்னோக்கி இருப்பதால், அதன் பக்கவாட்டில் பார்ப்பதற்கு கழுத்தை அப்படியே சுழட்டி பார்க்கும். ஆந்தைகளால் அதன் கழுத்தை 270 பாகை கோணத்தில் சுழற்ற முடியும். அது மட்டுமன்றி அதற்கு மிகத் துல்லிய செவிப்புலனும் உண்டு. மேலும் அதன் இறக்கைகளால் பறக்கும்போது ஓசை எழுப்பாத வண்ணம் பறக்க முடியும். இத்தகைய உடற்கூறுகள் உள்ளதால் தான் அவை மிக முக்கியத்துவம் வாய்ந்த இரண்டாம் நிலை கொன்றுண்ணிகளாக (Secondary Carnivores) உணவுச் சங்கிலியில் முக்கிய பங்காற்றுகிறது. பூச்சிகள், எலி, பாம்பு, தவளை, ஓணான்

போன்றவை அவற்றின் உணவில் முக்கிய பங்கு வகிக்கிறது. ஆந்தை இறந்துபோன உயிரினங்களை உண்ணாது. பிரஷ்ஷாக இரையை கொன்று உண்ணும். வேட்டைக்கு அதன் கால்களும் கூர்மையான நகங்களும் பயன்படுத்தப்படுகிறது. கால் நகங்கள் வளைந்து கூர்மையாக இருப்பதால், இரையை பிடிப்பதற்கும் கொல்வதற்கும் உபயோகப்படுத்தப்படுகிறது. ஆந்தையின் அலகும் கூர்மையாக இருப்பதால் கொன்ற இரையை கொத்தித் தின்ன பயன்படுத்தப்படுகிறது.

பொதுவாக பகல் நேரங்களில் உட்கார்ந்து கொண்டே தூங்கும் ஆந்தைகளை பார்த்திருப்போம். பகல் நேரத்தில் மற்ற விலங்குகள் தன்னை தொந்தரவு செய்வதை தவிர்ப்பதற்காக எளிதில் கண்டுபிடிக்க முடியாத பாறைகள், புதர்கள் போன்றவற்றில் உருமறைப்பு (Camouflage) செய்து வாழும். ஆனால் சில நேரங்களில் காகங்களாலும், கரிச்சான் குருவிகளாலும், ஆந்தைகள் துரத்தப் படுவதை பார்த்திருக்கலாம். தங்களின் குஞ்சுகளை ஆந்தைகள் உண்டு விடுமோ என்ற அச்சமே

இதற்குக் காரணம். மேலும் சில சமயங்களில் ஆந்தைகள் இதைப் பயன்படுத்தி மற்ற பறவைகளை திசை திருப்ப முயற்சி செய்யும். இதை பற்றி மேலும் புரிந்து கொள்ள ஆந்தையின் வாழ்க்கை முறையை பார்ப்போம்

ஆந்தைகள் வாழ்நாள் முழுவதும் ஒரே துணையுடன் (Monogamous) வாழும். தனக்கான துணையைத் தேர்வு செய்து, இனப்பெருக்கத்திற்காக ஆண் பறவை முட்டைகளை பாதுகாப்பாக வைப்பதற்காக ஒரு இடத்தை தேர்வு செய்யும். மரப் பொந்துகள், பாறை இடுக்குகள் போன்ற மற்ற விலங்கினங்கள் எளிதில் அடைய முடியாத இடத்தை தேர்வு செய்யும். ஆண் பறவையால் தேர்வு செய்யப்பட்ட இடத்தில் பெண் பறவை இரண்டிலிருந்து ஐந்து முட்டை வரை இடும். ஆந்தை இனத்தைப் பொறுத்து 20 முதல் 35 நாள் வரை அடைகாக்கும். இந்த அடைகாக்கும் நேரத்தில் ஆண் பறவை பெண் பறவைக்கும் சேர்த்து உணவு சேகரித்து வந்து கொடுக்கும். இந்த காலத்தில் முட்டை இருக்கும் பொந்துக்கு வெளியே எந்நேரமும் ஆண் பறவை அமர்ந்திருக்கும். அப்போது காகமோ வேறு ஏதேனும் பறவையோ அந்த பகுதியில் வந்தால் முட்டைகளுக்கு எதுவும் ஆபத்து ஏற்பட்டு விடக்கூடாது என்பதற்காக ஆண் ஆந்தை உடனே அங்கிருந்து எழும்பி வேறு திசையில் பறக்க ஆரம்பிக்கும். அது வேறு திசைக்கு பறந்தவுடன் காகத்திற்கு இங்கே வேறு எதுவும் இல்லை என்பது போன்ற ஒரு பிம்பத்தை உருவாக்கி, சிறிது நேரம் தன்னை துரத்த விட்டு பின்னர் தப்பித்து விடும்.

அடைகாக்கும் காலம் முடிந்து குஞ்சுகள் வெளியே வந்தவுடன், பெற்றோரின் அரவணைப்பு ஆந்தைகளிடம் மிக அதிகம். சுமார் மூன்றிலிருந்து நான்கு மாதங்கள் முழுமையாக குஞ்சுகளை பராமரிக்கும். அதற்கு பறக்க, இரை பிடிக்க என வாழ்க்கைக்கு தேவையான அனைத்து திறமைகளையும் குஞ்சுகளுக்கு பயிற்றுவிக்கும். வாழ்க்கை திறமைகள் அனைத்தையும் கற்றுத்

தேர்ந்தவுடன் குஞ்சுகள் தன்னிச்சையாக வேட்டையாடி தனக்கான வாழ்க்கையை அமைத்துக் கொள்ளும். ஆந்தைகள் ஒரு நாளில் 4 முதல் 6 எலிகளை வேட்டையாடி உண்பதாக ஆய்வுகள் கூறுகின்றது. விவசாயத்திற்கு பெரும் ஆபத்தாய் விளங்கும் எலிகளை இவ்வாறு கொத்துக் கொத்தாய் கொன்று அழிக்கும் ஆந்தைகள் விவசாயிகளின் நண்பன் தானே.

வரம் 14: பா நண்டு

கடந்த அத்தியாயங்களில் அடர்ந்த காடுகள், நகர்ப்புறங்கள், ஊர்ப்புறங்கள், கடலுக்கு அடியில் உள்ள பகுதிகள், சதுப்பு நிலங்கள் போன்ற பல்வேறுபட்ட பகுதிகளில் இயங்கும் சூழல் மண்டலங்கள் குறித்து பார்த்தோம். இந்த அத்தியாயத்தில் முற்றிலும் புதியதொரு தளமான கடற்கரைகளில் இயங்கும் சூழல் மண்டலங்களின் சில முக்கிய அங்கங்களை குறித்து பார்ப்போம். கடற்கரை என்பது ஆகப்பெரும் நீர்ப்பரப்பாகிய கடலையும் நிலத்தையும் இணைக்கும் புள்ளியாகும். இங்கே இயங்கும் சூழல் மண்டலங்கள் நீரையும் நிலத்தையும் இணைப்பதோடு மட்டுமல்லாமல் சில விசேஷ கூறுகளையும் கொண்டது. அனைவருக்கும் சிறந்த பொழுதுபோக்கு தலமாக விளங்கும் கடற்கரையில் நிலத்தின் மேலேயும் நிலத்தடியிலும் பல உயிர் சக்திகள் இயங்கிக்கொண்டிருக்கிறது.

பிரம்மாண்டமான வானத்தை தொட்டுக் கொண்டிருக்கும் பிரம்மாண்டமான கடலை தொட்டுக் கொண்டிருக்கும் பிரம்மாண்டமான கடற்கரையில் பா நண்டு போன்ற ஒரு சிறிய உயிரினம் இங்குள்ள உணவு சங்கிலியையும் ஆற்றல் ஓட்டத்தையும் இயக்கும் மாபெரும் சக்தியாக விளங்குகிறது என்றால் நம்ப முடிகிறதா? நாம் கடற்கரையில் தினமும் சந்திக்கும் பா நண்டுகள் குறித்தும் சுற்றுச்சூழலில் அவற்றின் பங்கு குறித்தும் இந்த அத்தியாயத்தில் பார்ப்போம்.

பா நண்டு, கருவாலி நண்டு, குழி நண்டு என பல்வேறு பெயர்களால் அழைக்கப்படும் கடற்கரையின் நண்டுகள், நாம் தினம் தினம் கடற்கரையில் சந்திக்கும் ஒரு உயிரினம். ஆங்கிலத்தில் கோஸ்ட் கிராப் (Ghost crab) என்ற பெயரால் அழைக்கப்படுகிறது. இரவில் மட்டுமே சுறுசுறுப்பாக இயங்குவதால் இந்தப் பெயர் காரணம் உண்டாயிற்று. இவை பொதுவாக வெப்ப மண்டல மற்றும் மிதவெப்ப மண்டல கடலோரப் பகுதிகளில் காணப்படும். கடற்கரையில் காணப்படும் முதுகெலும்பிலிகளில் (Invertebrates) உருவ அளவில் மிகப் பெரியது பா நண்டுகளே. இப்பா நண்டுகளின் வெளித்தோற்றத்தில் மிக

முக்கிய அம்சம் என்னவென்றால் அதன் கொம்பு போன்ற இரு கண்களே. அவ்விரு கொம்புகளின் உதவியால் 360 பாகை கோணத்தில் பா நண்டுகளால் பார்க்க முடியும். தேவைப்படும்போது அந்தக் கொம்புகளை எந்த திசையில் வேண்டுமானாலும் சுழற்ற முடியும். கடற்கரையில் வாழும் ஓடுடைய கணுக்காலிகளில் (Coelenterates) மிகவும் வேகமாக இயங்க வல்லது பா நண்டுகளே. வாசகர்களின் புரிதலுக்காக மிகவும் கடினமான ஓட்டை தமது புறவன் கூடாக கொண்ட கணுக்காலிகள், ஓடுடைய கணுக்காலிகள் என்று வகைப்படுத்தப்பட்டுள்ளது. இவற்றில் நண்டு, நத்தை, இறால் போன்றவை அடக்கம். பா நண்டுகளால் ஒரு மணி நேரத்திற்கு 15 கிலோ மீட்டர் வேகத்தில் ஓட முடியும். அதுமட்டுமல்லாமல் கூர்மையான பார்வையும் இருப்பதால் கிட்டத்தட்ட 50 மீட்டர் தொலைவிலேயே எதிரியை பார்த்து விடும். இது தன்னைத்தானே தற்காத்துக்கொள்ள மட்டும் அல்ல, இத்தகைய திறமைகளால் அது சிறந்த வேட்டையாடியாகவும் விளங்குகிறது. அனைத்துண்ணிகளான பா நண்டுகள் ஆமைகள் மற்றும் கடற்கரை வாழ் பறவைகளின் முட்டைகள் மற்றும் குஞ்சுகளை பிடித்து உண்ணும். சில நேரங்களில் தன்னுடைய இனத்திலேயே மற்றொரு பலவீனமான பா நண்டை பிடித்து உண்பதும் (Cannibalism) பதிவு செய்யப்பட்டுள்ளது.

தன்னைத்தானே பாதுகாத்துக் கொள்ள பாநண்டுகளிடம் மேலும் பல வித்தைகளும் உள்ளது. அவற்றில் ஒன்று பகல் முழுவதும் பொந்துகளில் வாழ்வது. கிட்டத்தட்ட 0.6-1.2 மீட்டர் ஆழம் உடையதாக இந்த பொந்துகள் பதிவுசெய்யப்பட்டுள்ளது. ஒவ்வொரு பா நண்டும் தான் உருவாக்கிய பொந்தில் தனியாகவே வாழும். இவை வெளி உலகின் சீதோஷ்ண நிலையிலிருந்து பாதுகாப்பதுடன், எதிரிகளிடம் இருந்தும் பாதுகாக்கிறது. ஊரே உறங்கிய பின்னர், அனைத்து உயிரினங்களும் தங்கள் இயக்கத்தை நிறுத்திய பின்னரே பா நண்டுகள் அந்த பொந்துகளை விட்டு வெளியே வரும்.

பா நண்டுகளிடம் இருக்கும் மற்றொரு வித்தை கடற்கரையில் உள்ள மணலின் வண்ணத்திற்கு ஏற்றவாறு தன்னுடைய வண்ணத்தையும் மாற்றிக்கொண்டு உருமறைப்பு செய்துகொள்ளும். மேலும் இவற்றிற்கு சுவாசிப்பதற்கு நுரையீரல் மற்றும் செவுள்களும் இருப்பதால் அதனால் காற்றிலும் நீரிலும் சுவாசிக்க இயலும். ஆகவே எதிரி பிடிக்க முயலும் போது சட்டென்று நீரில் மறைந்து தப்பிக்கும் திறமையும் கொண்டது.

பா நண்டுகள் கடற்கரை ஓரங்களில் வாழும் உள்ளூர் சமூக மக்களுக்கு உணவாக விளங்குவதோடு இல்லாமல், பருவநிலை மாற்றத்தை சரியாக கணிக்கவும் பேருதவியாய் இருக்கிறது. பா நண்டுகள் அதற்கான பொந்துகளை அமைக்கும்போது, மணலைத் தோண்டி தூரத்தில் வீசினால் அன்றைய வானிலை அமைதியாக இருக்கப்போவதாக கருதுகிறார்கள். அவை பக்கத்திலேயே போட்டுக் கொண்டாலோ நாள் முழுவதும் சிறிது நேரம் கூட வெளியே வராமல் உள்ளேயே அடைபட்டு கிடந்தாலோ, வானிலை சீற்றத்துடனோ கடல் சீற்றத்துடனோ காணப்படும் என்று சமூக மக்களால் நம்பப்படுகிறது. மேலும் பா நண்டுகள் கடற்கரையின்

பாறு கழுகுகள். ஆம். அவை கடற்கரையின் தோட்டி உயிரினங்கள் (Scavengers). கடற்கரையில் இறந்த உயிரினங்களை உண்டு அவற்றை சுத்தமாக வைத்துக் கொள்வதில் பா நண்டுகளின் பங்கு இன்றிமையாதது. அதுமட்டுமல்லாது கடலுக்கும் நிலப்பரப்பிற்கும் இடையே ஆற்றல் சுழற்சியும் தாதுக்களின் சுழற்சியும் நடைபெறுவதற்கு முக்கிய பங்காற்றுவது பா நண்டுகளே. இவ்வாறு சூழலியல் ரீதியாக கடலையும் நிலப்பரப்பையும் இணைப்பதில் முக்கிய பங்கு வகிப்பதால் பா நண்டுகள் பல்லுயிர் ஆதார உயிரினமாக பார்க்கப்படுகிறது. அதுமட்டுமன்றி பா நண்டுகள் பொந்து அமைத்து வாழும் தன்மை கொண்டதால், மண் புழுக்களைப் போல மண்ணின் வெவ்வேறு படிமங்களை சுழற்சி செய்வதிலும், அவற்றை புழு, நத்தை போன்ற உயிரினங்களுக்கு வாழத்தகுந்த இடமாய் ஆக்குவதில் பா நண்டுகள் முக்கிய பங்கு வகிக்கிறது. அதுமட்டுமல்லாமல் கடற்கரை பகுதியில் மனிதர்களின் தாக்கத்தை குறிக்கும் உயிரினமாக சுட்டிக்காட்டும் உயிரினமாக (Indicator species) விளங்குகிறது. அதாவது ஒரு கடற்கரையில் பா நண்டுகளோ அவற்றின் பொந்துகளோ அதிகமான அளவில் காணப்பட்டால், மனிதர்களாலும் மனிதர்களின் வளர்ச்சியாலும் ஏற்படக்கூடிய தாக்கம் அந்தக் கடற்கரையில் மிகவும் குறைவு எனக் கொள்ளலாம். ஆகவே அடுத்த முறை கடற்கரைக்கு செல்லும் போது பா நண்டுகளையோ அவற்றின் பொந்துகளையோ பார்க்க முடியாவிட்டால், நம்முடைய வாழ்க்கை முறையை சுற்றுச்சூழலுக்கு ஏற்றவாறு மாற்ற வேண்டும் என்றும் நம்முடைய சூழலியல் சார்ந்த பொறுப்புணர்வையும் அதிகப்படுத்த வேண்டிய கட்டாயத்தில் இருக்கிறோம் என்பதை உணர்வோம்.

வரம் 15: வெண் கழுத்து நாரை

சில தினங்களுக்கு முன்பு கன்னியாகுமரி மாவட்டத்தின் காளிகேசம் பகுதியில் நான் பணியில் இருந்த போது, எதேச்சையாக மூன்று கம்பீரமான பறவைகளை பார்த்தேன். என் வாழ்வில் முதன்முறையாக அந்த பறவைகளை பார்த்தேன். வழக்கமாக அப்பகுதிகளில் வசிக்கும் பறவைகளைப் போல் அல்லாமல், மிகவும் வித்தியாசமான தோற்றத்துடன் காணப்பட்டதால் உடனடியாக என் கையில் இருந்த கேமராவில் படம் பிடித்துக் கொண்டேன். நீர்நிலைகளில் சாதாரணமாக தென்படும் செங்கால் நாரை போன்ற உயரம் கொண்டு இருந்தது அப்பறவைகள். பறவையின் அடி பகுதியையும் கழுத்துப் பகுதியையும் தவிர உடல் முழுவதும் கருமை வண்ணம் கொண்டிருந்தது. சிறகுகளில் ஆங்காங்கே பளபளக்கும் செம்மையை பூசியது போன்று சூரிய ஒளியில் ஒளிர்ந்து கொண்டிருந்தது.

ஒரு பறவை அடை காப்பது போல் தரையில் இருந்த புல்வெளியில் உட்கார்ந்து கொண்டிருந்தது. மற்ற இரண்டும் நின்று கொண்டு கூடுகட்டி வாழ்வதற்கு அந்த இடத்தை தேர்ந்தெடுக்கலாமா என்று நோட்டம் விடுவது போலிருந்தது. சுமார் 100 மீட்டர் தூரத்தில் இருந்துதான் படம்பிடிக்க இயன்றது. நான் சிறிது அருகில் செல்ல முற்பட்டாலும், அந்த இடத்திற்கு மிகவும் புதியதாக வந்த பறவைகள் என்பதால் அச்சப்பட்டு அங்கிருந்து சென்று விடும் போலிருந்தது. ஆகவே நான் எடுத்த புகைப்படங்களை கொண்டு பகுப்பாய்வு செய்து பார்த்ததில் அது வெண் கழுத்து நாரை என்று புலப்பட்டது. இப்பகுதிகளில் சாதாரணமாக தென்படாத பறவை என்பதும், இதுவரை இப்பகுதிகளில் பதிவு செய்யப்படவில்லை என்பதும் தெரியவந்தது. சுமார் 5 ஆண்டுகளுக்கு முன்பு, கன்னியாகுமரியின் கடலோரப் பகுதிகளில் சில பறவைகள் தென் பட்டதாகவும், ஆனால் அவை பொதுவாக கடலோரப் பகுதிகளுக்கு வருவதில்லை என்பதும் தெரியவந்தது.

பொதுவாகவே நீர் பறவைகளுள் நாரை இனங்கள் மிகக்குறைவாக ஆய்வு செய்யப்பட்டவையாகும்.

அந்நாரை இனங்களுள் மிகவும் குறைவாக ஆய்வு செய்யப்பட்ட பறவை இனங்களில் ஒன்று வெண் கழுத்து நாரை. ஆகவே இப்பறவைகள் குறித்து போதுமான தகவல்கள் இல்லாததால் இதைக் குறித்து நிறைய தவறான புரிதல்களும் உள்ளது. இவ்வுலகில், தற்போதுவரை மூன்று வெண் கழுத்து நாரை இனங்கள் பதிவு செய்யப்பட்டுள்ளது. ஒன்று ஆப்பிரிக்காவில் வாழும் வெண் கழுத்து நாரையினங்கள், மற்றொன்று இந்தியா மட்டும் தென்கிழக்கு ஆசிய பகுதிகளில் வாழும் வெண் கழுத்து நாரையினங்கள், மூன்றாவது சுமத்ரா, ஜாவா போன்ற தீவுகளில் வாழும் வெண் கழுத்து நாரையினங்கள் ஆகும். 1992ம் ஆண்டு வெளியிடப்பட்ட ஒரு ஆராய்ச்சி அறிக்கையில், வெண் கழுத்து நாரைகள் அடர்ந்த காடுகளில் உள்ள நீர் நிலைகளை வாழிடமாக கொண்டதாக முடிவு செய்யப்பட்டது. அடர்ந்த காடுகளில் வாழ்வதால் அவற்றை குறித்து ஆய்வு செய்வது மிகவும் கடினம் என்றும் குறிப்பிடப்பட்டிருந்தது. தென்கிழக்கு ஆசிய பகுதிகளில் மிகவும் குறைவான எண்ணிக்கையில் வெண் கழுத்து நாரைகள் தென்படுவதாக பல ஆராய்ச்சிகள் கூறின. மேலும் அவை மனிதர்களின் இருப்புக்கு உணர்மை மிகுந்தது என்றும், அவற்றால் மனிதர்கள் வாழும் பகுதிகளில் மனிதர்களுடன் இணக்கமாக வாழ இயலாது என்று பல ஆராய்ச்சிகள் கூறியது. இதனைத் தொடர்ந்து 2014ஆம் ஆண்டு ஐயுசிஎன் (International Union for Conservation of Nature and Natural. Resources – IUCN) அமைப்பு வெண் கழுத்து நாரைகளை பாதிக்கப்படக்கூடிய (Vulnerable) உயிரினமாக வகைப் படுத்தியது. அதன் பின்னர் நடந்த ஆய்வுகளின் முடிவுகள் வெண் கழுத்து நாரைகள் குறித்து நாம் கொண்ட கருத்துக்களை மாற்ற வல்லதாக இருந்தது. வட இந்தியாவில் பல மாநிலங்களிலும் இந்தியத் துணை கண்டத்தில் நமது அண்டை நாடுகளான பூட்டான், நேபாள் போன்ற நாடுகளிலும் நெல், கோதுமை போன்ற பயிர்கள் சாகுபடி செய்யப்படும் நீர் நிறைந்த வயல் வெளிகளிலும், நீர் நிறைந்த புல் வெளிகளிலும் வெண் கழுத்து நாரைகள்

அதிகமாக காணப்படுவதாக அதற்குப் பின்னால் வந்த ஆய்வுகள் கூறியது. வனத்துறை அதிகாரியாக நம் நாட்டின் அனைத்து வகையான காடுகளுக்கும் செல்லும் வாய்ப்பு கிடைக்க பெற்றிருந்தும் அங்கு எங்கும் பார்க்காத வெண் கழுத்து நாரைகளை நீர்நிலைகளுக்கு அருகில் உள்ள புல் வெளிகளிலேயே பார்த்ததால், தனிப்பட்ட முறையில் நானும் இந்த ஆய்வுகளின் முடிவுகளுடன் ஒத்து போகிறேன். பல மாநிலங்களில் விவசாய நிலங்களில் கிடைக்கும் புழு, பூச்சிகளை உண்டும், அதன் அருகில் உள்ள மரங்களில் கூடுகள் அமைத்தும் வெண் கழுத்து நாரைகள் வாழ்வதை பலர் பதிவு செய்ததால் ஐயுசிஎன் அமைப்பு இப்பறவைகளின் நிலையை பாதிக்கப்படக்கூடியதிலிருந்து பாதிக்கப்பட அச்சுறுத்தல் (Near threatened) இருக்கும் இனமாக மேம்படுத்தியது.

வெண் கழுத்து நாரைகள் மட்டுமல்ல பல பறவைகள் நம் நாட்டில் வேளாண் சுற்றுச் சூழலோடு இணைந்து இயைந்து வாழ்ந்து வருகிறது. பொதுவாகவே வெண் கழுத்து நாரைகள் ஒரு இடத்திலேயே தங்கி வாழும் என்றாலும், இவ்வாறு வேளாண் சுற்றுச் சூழலோடு

இணைந்து வாழும் பெரும்பாலான பறவைகள் வலசை வருபவை ஆகும். அவ்வாறு ஒரு வருடத்தில் பறவைகள் அதிகமாக ஒரு பகுதிக்கு வந்தால் அவ்வருடம் மழை நன்றாக பொழியும் என்றும், விவசாயம் செழிக்கும் என்றும் நம்பிக்கை இந்திய துணைக்கண்டத்தில் விவசாய பெருங்குடிகளிடம் நிலவுகிறது. இது வெறும் நம்பிக்கை மட்டுமல்ல, உண்மையும் கூட. இப்பறவைகள் விவசாயத்திற்கு பெரிய எதிரியான புழுக்கள், பூச்சிகள் போன்றவற்றை மிகப்பெரிய எண்ணிக்கையில் உண்டு, அதை கொத்துக்கொத்தாய் சாகடிப்பதன் மூலம், விவசாயிகளுக்கு பேருதவி செய்கின்றது. அதுமட்டுமல்லாமல் இப்பறவைகளின் எச்சம் விவசாய மண்ணிற்கு தேவையான சத்துக்களை அதிக அளவில் கொண்டிருப்பதால், செயற்கையாக உரமிட வேண்டிய அவசியத்தை களைகிறது இப்பறவைகள். ஆகவே விவசாயத்திற்கு விவசாயிகள் செய்யும் முதலீட்டுக்கான செலவையும் கணிசமாக குறைக்கிறது இப்பறவைகள். இத்தகைய நன்மைகளை விவசாயிகளுக்கும் விவசாயத்திற்கும் செய்யும் பறவைகளை மனிதர்கள் தேவையில்லாமல் தொந்தரவு செய்தால் அவ்விடத்திற்கு மீண்டும் வராமலேயே சென்றுவிடும்.

மேலும் இந்த அத்தியாயத்தின் நாயகனான வெண் கழுத்து நாரைகள் பல மாநிலங்களில் பதிவு செய்யப்பட்டிருந்தாலும், தமிழகத்தில் ஆங்காங்கே சில பறவைகளே தற்போது வரை பதிவு செய்யப்பட்டுள்ளது. இந்நிலையில் தற்போது கன்னியாகுமரியில் தென்பட்டுள்ள வெண் கழுத்து நாரைகள் இயற்கையின் சமிக்ஞை என்று கருதி, அவை மீண்டும் மீண்டும் இங்கே வருவதற்கும், இப்பகுதியை தன்னுடைய வாழிடமாக தேர்ந்தெடுத்துக் கொள்வதற்கும் ஏற்ற வகையில் அவற்றை பாதுகாப்போம்.

வரம் 16: குயில்

சில தினங்களுக்கு முன்பு திருநெல்வேலி மாவட்டத்தில் உள்ள ஒரு கிராமத்தில் ஒரு பறவையை பார்த்தேன். அது காண்பதற்கு எளிதாக கிடைக்கக்கூடிய பறவை தான் என்றாலும், அன்று தான் முதன்முதலில் மிக அருகினில் பார்த்தேன். பொதுவாகவே குயில் என்றாலே நம் மனதிற்குள் இருக்கும் ஒரு உருவத்தை முற்றிலும் மாற்றியமைக்கும் ஒரு உருவம் அது. உருவம் முற்றிலும் வேறாக இருந்தாலும் குயில் இனத்தைச் சேர்ந்த அந்தப் பறவையின் பெயர் சுடலைக் குயில். ஆங்கிலத்தில் ஜாக்கோபின் குக்கூ (Jacobin cuckoo) என்று அழைக்கப்படுகிறது. அந்தப் பறவையின் சிறகுகள் ∴பிரெஞ்சு டொமினிக்கன் வழி முறையை பின்பற்றும் துறவிகளான ஜாக்கோபின்கள் அணியும் உடையை போன்று கருப்பு வெள்ளையில் உள்ளதால் இந்த பெயர் காரணம் வந்தது. அதுமட்டுமல்ல, இந்திய பழங்கதைகளில் வரும் சாதகப் பறவையும் இந்த சுடலைக் குயிலே. தொன்மங்களில் மழை நீரை மட்டுமே அருந்தும் என்றும் அதற்காக வாயை மேல் நோக்கி திறந்து வைத்திருக்கும் என்றும் கூறப்பட்டுள்ளது. அதன் தலையில் இருக்கும் கொண்டையை பார்த்து அது வாயை மேல்நோக்கித் திறந்து வைத்திருப்பதாக யாரோ ஒருவர் தவறாக நினைத்ததன் விளைவு, இந்த கதை உருவாகியுள்ளது. சுடலைக் குயில்களில் மூன்று சிற்றினங்கள் உள்ளன. ஒரு சிற்றினம் ஆப்பிரிக்கா கண்டத்தில் வாழக்கூடியது. மற்றொன்று ஆப்பிரிக்காவிலிருந்து வட இந்தியா, நேபாளம், மியான்மர் போன்ற நாடுகளுக்கு வலசை வரக்கூடியது. மற்றொன்று தென்னிந்தியா, இலங்கை

போன்ற பகுதிகளில் வாழக்கூடியது. வட இந்தியாவில் இந்த பறவையின் வருகை பருவ மழை வருவதற்கான அறிகுறியாக நம்பப்படுகிறது. இந்த நம்பிக்கையின் நம்பகத் தன்மையை சோதிப்பதற்காக பருவமழையின் வருகைக்கும் சுடலை குயில்களின் வருகைக்கும் உள்ள தொடர்பை கண்டறிய பல்வேறு ஆராய்ச்சிகள் மேற்கொள்ளப்பட்டு வருகிறது.

சுடலைக் குயில்

குயிலின் குரலை நாம் அனைவருமே கேட்டிருப்போம். நமக்கு பரிச்சயமான பறவைகளில் குயில் ஒரு முக்கியப் பங்கு வகிக்கிறது. அவ்வாறு நமக்கு மிகப் பரிச்சயமான குயிலைப் பற்றி நமது புரிதல் எவ்வாறு உள்ளது என்று பார்ப்போம். முதலில் இனிமையான குரல் உடைய பெண்ணை குயிலுடன் ஒப்பிடும் பழக்கம் உள்ளது. ஆனால் நிதர்சனத்தில் பார்த்தால், இந்த அழகான குரலுக்கு சொந்தக்காரர் ஆண் குயிலே. பெண் குயிலின் குரல் அவ்வளவு வசீகரமானது இல்லை. மேலும் குயில்கள் இனப்பெருக்க காலத்தில் மட்டுமே "குக்கூ' என்று குரல் எழுப்பி உணர்ச்சிகளை பரிமாறிக் கொள்ளும்.

மற்ற காலங்களில் ஆண்களும் சரி, பெண்களும் சரி தனிமை விரும்பிகளே. கிராமங்களில் கருமை நிறத்தில் இருக்கும் குயிலை கருங்குயில் என்றும், பழுப்பு நிறத்தில் இருக்கும் குயிலை முத்து குயில் என்றும் அழைக்கும் வழக்கம் உள்ளது. ஆனால் நிஜத்தில் கருங்குயிலாக காட்சியளிப்பது ஆண் குயில்கள். மற்றும் முத்து குயில்களாக அழைக்கப்படுவது பெண் குயில்களே.

குயிலைப் போலவே இருக்கும் காகத்தின் குஞ்சு

அதுதவிர குயில்களைப் பற்றி நம் அனைவருக்கும் தெரிந்த மற்றொரு விஷயம் குயில் காகத்தின் கூட்டில் முட்டை இடுவது. நாம் கிராமங்களில் பொதுவாக பார்க்கும் ஆசிய குயிலினம் மட்டுமல்ல அனைத்து குயிலினங்களும் அடையுருவிகளே (Brood parasite). மற்ற பறவைகளைப் போல குயிலிற்கு கூடுகட்டி வாழ தெரியாது. கூடுகட்டி முட்டையிட்டு இனப்பெருக்கம் செய்யும் பறவைகளுடைய கூடுகளை சார்ந்தும் தன் குஞ்சுகளை வளர்க்க வேறு பறவை இனத்தை சேர்ந்த தாய்ப் பறவையை சார்ந்தும் இருப்பவை. அவற்றின்

வாழ்வியலும் அவை சார்ந்திருக்கும் பறவைகளின் வாழ்வியலும் ஒன்றோடு ஒன்று தொடர்புடையவை. இதுவும் ஒரு வகை ஒட்டுண்ணி தன்மை தான். அதாவது தன் இனத்தை விருத்தி செய்வதற்காக மற்ற உயிரினங்களை சார்ந்து வாழும் வாழ்க்கை முறை. குயில்கள் இனப்பெருக்கம் செய்ய வேண்டிய நாட்களில் பெரும்பாலும் ஒரு காகத்தின் கூட்டினை தேடி செல்லும். முதலில் காகத்தை ஆண் குயில் வம்பிழுக்கும். அதனால் எரிச்சலடைந்த காகம், ஆண்குயிலை தாக்குவதற்காக துரத்திச் செல்லும். அந்த நேரத்தில் பெண் குயில் தன்னுடைய முட்டையை அந்தக் கூட்டில் இட்டு விடும். அதுமட்டுமல்ல காகத்திற்கு சந்தேகம் வந்துவிடக்கூடாது என்பதற்காக அந்த கூட்டில் உள்ள ஒரு முட்டையை கீழே தள்ளி உடைத்துவிடும். இதை அறியாத அந்த காகம் திரும்பி வந்து அந்த முட்டையை அடைகாக்கும். இது எப்படி சாத்தியமாகிறது என்றால் காகத்தின் இனப்பெருக்க காலமும் குயில்களின் இனப்பெருக்க காலமும் கிட்டத்தட்ட வருடத்தின் ஒரே நேரத்தில் வருகின்றது. காகத்தின் முட்டையும் குயிலின் முட்டையும் நிறம் மற்றும் வடிவத்தில் ஒத்திருக்கிறது. மேலும் குயிலின் குஞ்சு காகத்தின் குஞ்சுகளை விட சில நாட்களுக்கு முன்பே பொரித்து விடுவதால் அவற்றிற்கு அதிக அளவில் உணவு கிடைக்கிறது. பார்ப்பதற்கு அப்படியே அச்சு அசல் காகத்தின் குஞ்சுகளை போலவே இருக்கும் குயில் குஞ்சுகள். பிறந்த சில நாட்கள் வரை குயிலின் குரல் காகத்தின் குரலைப் போலவே இருக்கும். அதன்பின்னர் கொஞ்ச நாட்கள் கழித்து குரலுக்கு இலக்கணமான குயிலின் குரலைப் பெற்று விடும். அப்போதுதான் காகத்திற்கு தான் ஏமாந்த கதை புரியவரும். மிகத் தீவிரமாக தன்னுடைய கூட்டை கண்காணித்தும் மிகவும் சாமர்த்தியமாக அந்த கூட்டில் குயில்கள் தன்னுடைய முட்டையை இட்டு விடுகிறதே என்பது காகத்திற்கு காலம் கடந்த பின் புரிய வரும். இது ஆசிய குயில்களின் கதை. அக்கா குயில் (Common hawk cuckoo) என்று அழைக்கப்படும் குயிலினத்தின் கதையைப்

பார்த்தால் தவிட்டுக்குருவியின் கூட்டில் முட்டையிடும். அதன் முட்டையும் தவிட்டுக்குருவியின் முட்டையும் வடிவத்திலும் நிறத்திலும் ஒரே மாதிரியாக இருக்கும். நாம் இந்த அத்தியாயத்தில் முதலில் பார்த்த சுடலைக் குயில், சின்னான் வகையை சேர்ந்த கேப் புல் புல் (Cape bulbul) என்ற பறவையின் கூட்டில் முட்டையிடும். ஆனால் அதன் முட்டையும் சின்னானின் முட்டையும் ஒரே மாதிரியாக இருப்பதில்லை. இருந்தாலும் குயிலின் முட்டையைத் தவிர்க்காமல் அடைகாத்து தன்னுடைய குஞ்சுகளை போல கவனித்துக் கொள்கின்றன. இவ்வாறு ஒம்புயிரி பறவையின் எதிர்ப்பு இல்லாமல் இனப்பெருக்கத்தை சாதித்துக் கொள்ளும் உயிரினங்கள் இருந்தாலும் ஆசிய குயில்களைப் போல காக்கை முட்டைகளை போல ஆள்மாறாட்டம் செய்யும் குயில் இனங்கள் தான் அதிகம். இவ்வாறு குயிலினங்கள் அனைத்துமே ஒம்புயிரி பறவைகள் விருப்பத்துடனோ விருப்பமில்லாமலோ தங்களுடைய முட்டைகளை அதன் கூட்டிலிட்டு வெற்றிகரமாக இனப்பெருக்கம் செய்கின்றன. காகம், குயில் போன்ற இரு தரப்பில் உள்ள பறவைகளுமே போட்டியிட்டு சமாளித்து வெற்றிகரமாக தன் இனத்தை பெருக்கிக் கொள்வதற்கற்கான வழியை இயற்கையே தகவமைத்து கொடுத்துள்ளது. ஆகவே ஒரு சூழல் மண்டலத்தில் குயில்கள் நலமாக வாழ்கிறது என்றால் மற்ற பறவைகளும் நலமுடன் இருப்பதை சுட்டிக்காட்டுகிறது. அதுவும் தவிர பறவைகள் பொதுவாகவே பூச்சிகளின் எண்ணிக்கையை குறைத்து மனிதர்களுக்கும் விவசாயத்திற்கும் பேருதவி செய்கிறது. ஆனால் பொதுவாக கம்பளி பூச்சி (Hairy caterpillar) வகையை சார்ந்த புழுக்களை, பறவைகள் அதன் கசப்பான சுவையின் காரணமாக உண்பதில்லை. ஆனால் குயில்கள் கம்பளி பூச்சிகளை அதிக அளவில் உண்டு அவற்றின் எண்ணிக்கையையும் இனப்பெருக்கத்தையும் கட்டுக்குள் வைத்திருப்பதில் பெரும் பங்கு வகிக்கிறது. ஆல், அத்தி, நெல்லி போன்ற பழங்களை அதிக அளவில் உண்டு அந்த மரங்களின் இனப்பெருக்கத்திற்கும் குயில்கள் காரணியாக

அமைகிறது. ஆகவே அடுத்த முறை குயில்களின் குக்கூ என்ற இசையை கேட்கும்போது இயற்கை உயிரினங்களுக்கு விதித்த ஆகப்பெரும் கட்டளையான இனப்பெருக்கத்திற்காக இருவேறு பறவையினங்களின் வாழ்க்கை போராட்டமே நம் நினைவிற்கு வரும்.

வரம் 17: சிலந்தி

கஜினி முகமது இந்தியாவை நோக்கி பதினேழு முறை படையெடுத்ததாகவும் அதற்கு தூண்டுகோலாக அமைந்தது பலமுறை தோற்றும் மீண்டும் மீண்டும் வலை பின்னிய சிலந்தி என்ற கதையை நாம் அனைவருமே கேட்டிருப்போம். ஆனால் உண்மை என்னவென்றால் கஜினி முகமதுவும் சரி சிலந்தியும் சரி பதினேழு முறை தோற்கவில்லை. இருவருமே தங்களின் ஒவ்வொரு முயற்சியிலும் வெற்றி பெற்றவர்களே. ஆமாம்! சிலந்தியின் வலை வெறும் வலை மட்டுமல்ல. சிலந்தியின் வாழ்க்கைக்குத் தேவையான பல கூறுகளை சாதிக்க உபயோகப் படும் கருவியே இந்த வலை. ஆம்!!! இரைத் தேட, ஆபத்திலிருந்து பாதுகாத்துக்கொள்ள, வசிப்பிடம் அமைக்க, வழி மறக்காமலிருக்க என பலப்பல நோக்கங்கள் இந்த வலை பின்னுவதில் இருக்கிறது.

நாம் குடியிருக்கும் வீட்டை ஒரு வாரம் ஒழுங்காக பராமரிக்கவில்லை என்றாலும் கூட உடனே நம் வீட்டிற்கு குடி வந்துவிடும் சிலந்தியை தெரியாதவர்கள் யாரும் இருக்க முடியாது. அப்படிப்பட்ட சிலந்திக்கு எட்டு கால் பூச்சி என்று ஒரு பெயரும் உண்டு. அதற்கு எட்டு கால்கள் இருப்பது உண்மைதான். ஆனால் சிலந்தி கணுக்காலி வகையை சார்ந்தது தான் என்றாலும், பூச்சியினத்தை சார்ந்தது அல்ல. பூச்சியினத்தை சார்ந்த உயிரினங்கள் ஆறு கால்கள் கொண்டவை. சிலந்திக்கு எட்டு கால்கள் மட்டுமல்ல ஆறு முதல் எட்டு கண்களும் உண்டு. அதனால் 360 பாகை கோணத்தில் பார்க்க முடிவதால் சிறந்த வேட்டையாடியாக திகழ்கிறது. மேலும் சிலந்திக்கு சவைக்கும் வாய் பகுதியும் இல்லை. சிலந்தியின் உடல் பூச்சிகளை போலல்லாமல் இரு பகுதியான உடல் பிரிவுகளாக பிரிக்கப்பட்டுள்ளது. தலை நெஞ்சுப் பகுதி (Cephalothorax) மற்றும் வயிற்றுப் பகுதி (Abdomen) என இரு உடல் பகுதிகளும் மெல்லிய உருளை வடிவான இணைப்பு தண்டின் (Pedicel) மூலம் இணைக்கப்பட்டிருக்கும். மேலும் பூச்சிகளைப் போல சிலந்திக்கு உணர்கொம்புகள் (Antenna) கிடையாது. மீசோத்தீலே (Mesothelae) என்ற பிரிவின் கீழ் வகைப்படுத்தப்பட்டுள்ள சிலந்திகளை தவிர மற்ற சிலந்திகள் அனைத்திற்குமே மையப்படுத்தப்பட்ட நரம்பு மண்டலம் (Central Nervous system) உள்ளது. அதாவது தலை நெஞ்சுப் பகுதியில் நரம்பு செல்கள் அனைத்தும் கொத்தாக இணைக்கப்பட்டுள்ளது. மற்ற கணுக்காலிகளைப் போல விரிவடையும் தசைகளும் சிலந்திக்கு கிடையாது. நீர்ம அழுத்தத்தால் (Hydraulic pressure) ஒரிடத்திலிருந்து மற்றோர் இடத்திற்கு தாவுகின்றது. பூச்சிகளைப் போல சிலந்திகளுக்கு இறக்கைகளும் கிடையாது. சிலந்தியின் வயிற்றுப்பகுதியில் உள்ள சுரப்பியில் இருந்து வெளியேறும் புரதத்தில் இருந்து பட்டு போன்ற நூலை உருவாக்குகிறது. அவ்வாறு வெளியேறும் நூலைக் கொண்டு சிலந்தி வட்ட வடிவிலோ எண்கோண வடிவிலோ வலை பின்னுகிறது.

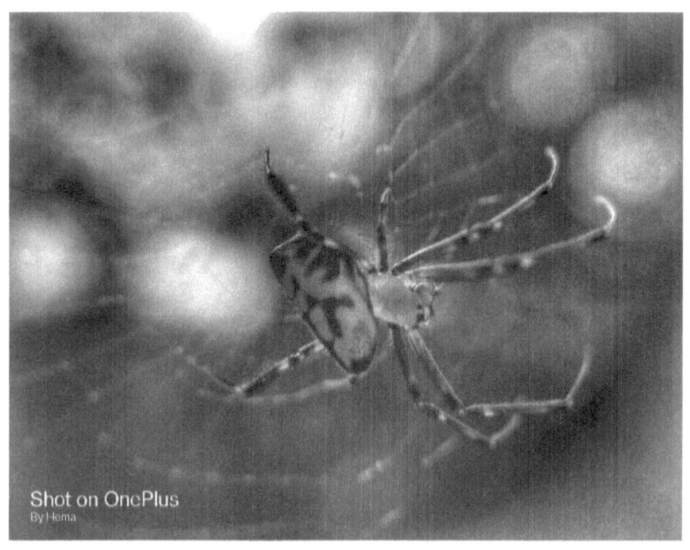

சிலந்தியின் வலை ஒருவித பசை தன்மையுடன் இருக்கும். அதனால் தான் அதனுடன் தொடர்பில் வரும் பூச்சிகள் வலையில் ஒட்டிக்கொண்டு தத்தளிக்க ஆரம்பித்துவிடும். தன்னுடைய திட்டப்படி பூச்சிகளை தன் வலையில் சிக்க வைப்பதற்காக சிலந்தி அதிகாலை மற்றும் மாலையில் தான் வலை பின்னும். இந்த நேரத்தில்தான் பூச்சிகளின் நடமாட்டம் அதிகமாக இருக்கும். அவ்வாறு அவை பறந்து வந்து சிலந்தியின் வலையில் சிக்குவதற்கான வாய்ப்புகள் மிகவும் அதிகம். அவ்வாறு சிக்கி தத்தளித்துக் கொண்டிருக்கும் பூச்சியின் மேல் விஷத்தைப் பாய்ச்சி சிலந்தி கொன்றுவிடும். பின்னர் சவைக்கும் வாய்ப்பகுதி கிடையாது என்பதால் அதனால் அப்படியே அதன் இரையை உட்கொள்ள முடியாது. அந்த இரையின் உடலினுள் தன் உடலில் சுரக்கும் செரிக்கும் திரவத்தை செலுத்திவிடும். இரையின் தசைப்பகுதி அனைத்தும் நீர்மத்தில் கரைந்த பின்னர் அதை அப்படியே உரிஞ்சு உண்ணுகின்றன சிலந்திகள்.

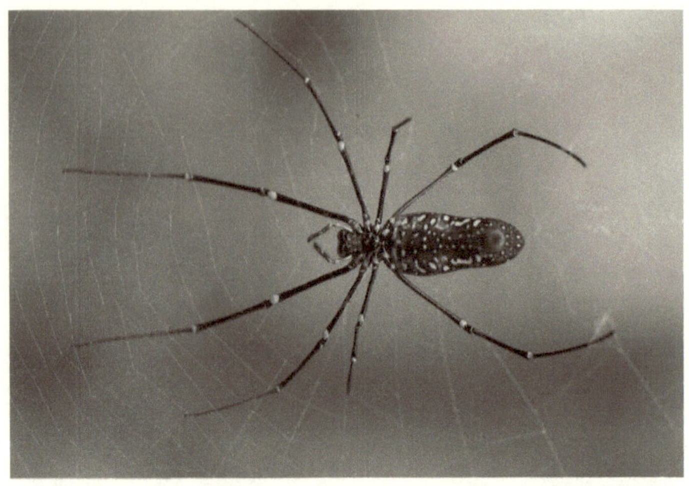

இவ்வாறு தனக்கான உணவை பிடித்து உண்பதிலும் தனக்கான வலையை உருவாக்குவதிலும் ஒவ்வொரு சிலந்தி இனத்திற்கும் ஒவ்வொரு பாங்கு இருக்கிறது. உதாரணமாக, பீமன் சிலந்தி (Golden orb weaving spider) என்ற சிலந்தி இனம், இதன் வலை தங்க நிறத்தில் இருக்கும். இதன் வலை மற்ற சிலந்தியினகளின் வலைகளை காட்டிலும் மிகவும் வலிமையானது. தான் பின்னிய வலையில் ஏதேனும் ஒரு பகுதியில் அதிர்வுகள் இருந்தால் தனக்கான இரை சிக்கிவிட்டது என்று பீமன் சிலந்திகள் குஷி ஆகி விடும். வலையில் சிக்கிய இரையை உடனடியாக உண்பதில்லை. வலையில் சிக்கிய இரையை புதிய வலை ஒன்றை பின்னி அதற்குள் வைத்து மொத்த வலையின் மையப் பகுதிக்கு கொண்டு வந்து சேமித்து வைத்து விடும். எப்போதெல்லாம் பசிக்கிறதோ அப்போதெல்லாம் சேமிப்பு கிடங்கில் இருந்து இரையை எடுத்து புசிக்கும்.

மற்றுமொரு சிலந்தி இனமாகிய ஜம்பிங் சிலந்தி (Jumping spider) இரைக்காக வலை பின்னி காத்திருப்பதில்லை. இரையை கண்டறிந்துவிட்டால் நேரடியாக தாக்குதலை தொடுத்து விடும். நீண்ட தூரங்கள் தாவி தாக்கும்.

அவ்வாறு நீண்ட தூரத்தை தாண்டும்போது தன் வலையை கயிறு போல் சப்போர்ட்டாக பயன்படுத்திக்கொள்ளும். இது மட்டுமல்லாமல் தண்ணீரில் வாழும் சிலந்திகளும் உண்டு இவை மீன்களைப் பிடித்து விஷத்தைப் பாய்ச்சி கொன்று உணவாக எடுத்துக் கொள்ளும். வெளியுலகத்திற்கு தன்னை காட்டிக் கொள்ளாமல் மண்ணுக்கு அடியில் வாழும் சிலந்திகளும் உண்டு. தான் தங்கியிருக்கும் பொந்தின் நுழைவுவாயிலில் வலையைப் பின்னி வைத்திருக்கும். அதில் அதிர்வுகள் தென்பட்டால், உடனடியாக வாசலுக்கு வந்து இரையை பிடித்துக்கொண்டு மீண்டும் உள்ளே சென்றுவிடும். இதனுடைய பலம் அதனுடைய கண்கள். ஆறு கண்களும் தலைக்கு மேலே இருப்பதால், 360 கோணத்தில் பார்க்க முடியும். மண்ணுக்கடியில் பொந்திலிருந்து கொண்டே மேலே என்ன நடக்கிறது என்பதை வேவு பார்த்து திறமையாக இரையை பிடித்து உண்ணும்.

தன்னுடைய இனத்தையே உண்ணும் (Cannibalism) சிலந்தி இனங்களும் உண்டு. மிகவும் வீரியமான விஷத்தன்மை கொண்ட சிலந்தி இனங்களும் உண்டு. பிளாக் விடோ, பிரவுன் ரெக்கல்ஸ் போன்ற சிலந்திகள் கடித்தால், விஷம் ஏறும். இத்தகைய விஷச் சிலந்திகள் வட மற்றும் தென் அமெரிக்காவில் அதிகம் காணப்படுவதாக ஆய்வாளர்கள் கூறுகிறார்கள். சிலந்திகளின் விஷத்தில் பல மருத்துவ குணங்கள் இருப்பதாக பல ஆய்வுகள் நடைபெற்றுக் கொண்டிருக்கிறது. மேலும் சிலந்தி வலை பின்ன பயன்படும் நூல் மிகவும் கடினமானதாகும். அதை சரியான முறையில் உபயோகிக்கும் பட்சத்தில், இராணுவம் உட்பட பல துறைகளில் பயனளிக்கும் என்பதால் அது குறித்தும் பல ஆய்வுகள் நடைபெற்று வருகிறது.

உலகத்தில் உள்ள அனைத்து சிலந்திகளும் 400 முதல் 800 மில்லியன் டன் உணவுகளை ஒவ்வொரு வருடமும் உட்கொள்வதாக உயிரியலாளர்கள் கணக்கிட்டுள்ளார்கள். இத்தகைய மலைக்கவைக்கும் அளவிலான சிலந்திகள் உட்கொள்ளும் இரை, மனிதர்களால் சுமார் ஒரு

வருடத்தில் உண்ணப்படும் இறைச்சி மற்றும் மீன் மாமிசத்தின் அளவிற்கு சமமானதாக உள்ளது. தாவர உணவு உண்ணும் பூச்சிகளை சிலந்திகள் அதிக அளவில் கொல்கின்றன. இதன் மூலம் தாவரங்களில் பூச்சிகள் ஏற்படுத்தும் சேதத்திலிருந்து சிலந்திகள் பாதுகாக்கின்றது. ஆகையால் உழவர்களின் உற்ற நண்பனாகவும் திகழ்கின்றன சிலந்திகள். வீடுகளில் மொய்க்கும் ஈ, கொசு போன்ற நோய் பரப்பும் பூச்சிகளையும் சிலந்திகள் உணவாக்கிக் கொள்கின்றன. பூச்சிகளை உண்ணும் விலங்கினங்களுக்கு சிலந்திகள் உணவாகின்றன. சுமார் 8,000 முதல் 10,000 வரையிலான பூச்சியினங்களும் 3000 முதல் 5000 வரையிலான பறவையினங்களும் சிலந்திகளை உணவாக உட்கொள்கின்றன. உலகலாவிய உணவு வலையில் சிலந்திகள் அத்தனை முக்கியத்துவம் வாய்ந்தது. ஆனால் வேளாண்மையில் திணிக்கப்பட்டுள்ள இரசாயனப் பயன்பாடும், வீடுகளில் பயன்படுத்தப்படும் இரசாயன பூச்சிக்கொல்லிகளும் நமக்கு நன்மை செய்யும் சிலந்திகளுக்கு பெரும் தீமையாகியுள்ளது. இதை தவிர்த்து தீமை செய்யும் பூச்சிகளை உண்டு, உணவு சங்கிலியை பாதுகாக்கும் சிலந்திகளை பாதுகாப்பது நம் கையில்தான் உள்ளது.

வரம் 18: நட்சத்திர ஆமை

ஆமைகளுக்கு ஆங்கிலத்தில் டர்ட்டில் (Turtle), டார்டாய்ஸ் (Tortoise) என்று இரு வேறு பெயர்கள் இருந்தாலும், தமிழில் ஆமைகள் என்று ஒரே பெயராலேயே அழைக்கப்படுகிறது. ஆமைகளை பற்றி முற்றிலும் தெரிந்து கொள்ள, சரியாக புரிந்துகொள்ள இந்த இருவகை ஆமைகளுக்குமான வித்தியாசத்தை புரிந்து கொள்வது அவசியம். டர்ட்டில்ஸ் என வகைப்படும் ஆமைகள் பொதுவாக நீரில் வாழ்பவை. டார்டாய்ஸ் என வகைப்படும் ஆமைகள் நிலத்தில் வாழ்பவை. நீரில் வாழும் ஆமைகள் அனைத்துண்ணிகள். நிலத்தில் வாழும் ஆமைகள் பெரும்பாலும் தாவரவுண்ணிகள். நிலத்தில் வாழும் ஆமைகளின் ஓடு நீரில் வாழும் ஆமைகளை விட மிகவும் கடினமானதாக இருக்கும். நீரில் வாழும் ஆமைகளின் வாழ்நாள் 20 முதல் 40 வருடங்கள் ஆகும். நிலத்தில் வாழும் ஆமைகள் சுமார் 80 லிருந்து 150 வருடங்கள் வரை வாழும். அதுவும் தவிர இருவேறு நிலப்பரப்புகளில் வாழ வேண்டியுள்ளதால் அதற்கு தகவமைத்துக் கொள்வதற்கு ஏற்றார்போல் உடற்கூறுகளிலும் பல்வேறு வித்தியாசங்கள் இந்த இருவகை ஆமைகளுக்கும் உள்ளது.

இந்த அத்தியாயத்தின் நாயகனான நட்சத்திர ஆமை, புதர்க்காடுகள் மற்றும் வறண்ட பகுதிகளில் வாழும் நில ஆமையாகும். இந்தியா, பாகிஸ்தான் மற்றும் இலங்கையில் காணப்படுகிறது. இதன் மேல் ஓடு மிகவும் குவிந்திருக்கும். முதுகுப்புற கவசங்கள் பெரும்பாலும் திமிலை உருவாக்கும். பக்கவாட்டு விளிம்புகள் செங்குத்தாகவும், பின்புற விளிம்பு ஓரளவு விரிவடைந்து வலுவாக காணப்படும். இவை பெரும்பாலும் தாவர உண்ணிகள் வகையாகும். மரங்களிலிருந்து கீழே விழுந்து கிடக்கும் பழம், பூக்கள் மற்றும் சதைப்பற்றுள்ள தாவரங்களின் இலைகள் ஆகியவற்றை உண்ணும். ஆகவே காற்றினால் பறந்தோ, வேறு மிருகங்களின் வாயிலாக தன் இனத்தை பரப்புவதற்கு வாய்ப்பில்லாமல் தரையிலேயே விழுந்து கிடக்கும் பூக்கள், பழங்கள் போன்ற தாவரங்களின் இனப்பெருக்கத்தை உறுதிசெய்கிறது ஆமைகள்.

இவை நீரின்றி உணவின்றி நீண்ட நாட்கள் வாழும் சக்தி படைத்தது. முதிர்ச்சியடைந்த இந்திய நட்சத்திரம் ஆமைகளின் பாலியல் ஈருருமை (Sexual dimorphism) தன்மை வெளிப்படையானது. பெண் ஆணை விட

அளவில் பெரியவை. கூடுதலாக பெண்களின் மார்பு கவசம் ஆண்களை விட மிகவும் தட்டையானவை. இந்த உயிரினத்தின் வடிவம் இயல்பாகவே திருப்பி போட்ட பின்னர் ஒரு நிலையான நிலைப்பாட்டிற்கு திரும்புவதற்கேற்றவாறு சிறப்பாக தழுவப்பட்டதாகக் கருதப்படுகிறது. இதுகுறித்து கணிதவியலாளர்கள் உலக அளவில் பல ஆராய்ச்சிகள் மேற்கொண்டு காம்பாக் (Gomboc) எனப்படும் ஒரே மாதிரியான பொருளை வடிவமைத்துள்ளனர். இது ஒரு நிலையற்ற இருப்பு புள்ளியையும் அதற்கு இணையான சரியாக ஒரு நிலையான இருப்பு புள்ளியையும் கொண்ட வடிவம். அதே வழியில் செயல்படும் ஒரு வடிவத்தை உருவாக்க முயலும் போது அவர்கள் உருவகப் படுத்தி வைத்திருந்த வடிவத்திற்கும் இந்திய நட்சத்திர ஆமைக்கும் இருந்த ஒற்றுமையை கண்டறிந்து, அதை பல இந்திய நட்சத்திரம் ஆமைகளை தலைகீழாக விட்டு சோதனை செய்தனர். அந்த ஆராய்ச்சியின் முடிவில் இந்த ஆமைகள் சுயமாக சரிசெய்யும் தன்மை உடையது என கண்டறியப்பட்டது.

இவ்வாறு தான் உண்டு தன் வேலை உண்டு என்று வாழும் இந்திய நட்சத்திர ஆமைகள் அடிக்கடி நாம்

செய்தித்தாள்களில் பார்ப்பதும், பலரின் கவனத்தை ஈர்ப்பதும் ஏன் என்று நீங்கள் யோசிக்கலாம். ஆமை இனங்களிலேயே மிகவும் அழகானது இந்த இந்திய நட்சத்திரம் ஆமைகளே. அழகு என்றாலே ஆபத்தும் கூடவே வந்துவிடுகிறது. இந்த இனம் கவர்ச்சியான செல்லப்பிராணி வர்த்தகத்தில் மிகவும் பிரபலமானது. இதன்காரணமாக இந்த ஆமை உலக அளவில் மிகப்பெரிய ஆபத்தை சந்தித்து வருகிறது. பன்னாட்டு இயற்கைப் பாதுகாப்புச் சங்கம் (International union for conservation of Nature and Natural resources -IUCN) வெளியிடும் செம்பட்டியலில் (Red list) அழிவாய்ப்பு உள்ள இனமாக (Vulnerable) இந்திய நட்சத்திர ஆமைகள் வகைப்படுத்தப்பட்டுள்ளது. நட்சத்திர ஆமைகளுக்கான பாதுகாப்பை பன்மடங்கு உயர்த்த வேண்டும் என்பதையே இது குறிக்கிறது. மேலும் அருகிய காட்டு உயிரினங்களில் நடக்கும் சர்வதேச வர்த்தகத்தை கட்டுப்படுத்துவதற்கு உலக நாடுகளுக்கிடையே ஏற்படுத்தப்பட்ட ஒப்பந்தத்தில் (Convention on International Trade in Endangered Species of Wild flora and fauna – CITES) இந்திய நட்சத்திர ஆமைகளை அதன் பின் இணைப்பு ஒன்றில் (Appendix I) பட்டியலிட்டு உலக அளவில் உச்சபட்ச பாதுகாப்பை அளிக்கிறது. இருப்பினும் நட்சத்திர ஆமைகள் உலக சந்தையில் கள்ளத்தனமாக கடத்தப்பட்டு விற்பனை செய்யப்படுகிறது. உலக அளவில் காட்டுயிரினங்களில் நடத்தப்படும் சர்வதேச வர்த்தகத்தை கண்காணிக்கும் டிராஃபிக் (Trade Records Analysis of Flora and Fauna in Commerce – TRAFFIC) எனும் அமைப்பின் தரவுகளின்படி, செல்லப்பிராணி வர்த்தகத்தில் விற்கப்படவிருந்த 6040 இந்திய நட்சத்திர ஆமைகள் உலக அளவில் கைப்பற்றப்பட்டதாக கூறப்படுகிறது. இதை கவர்ச்சியான செல்லப்பிராணியாக வளர்ப்பதோடு மட்டுமல்லாமல் இவ்வாமைகளை வளர்த்தால் மிகப் பெரும் செல்வம் கிட்டும், அதிர்ஷ்டம் கிடைக்கும் என்ற மூடநம்பிக்கை பரவலாக நிலவி வருகிறது. மேலும் இதன் இறைச்சி மருத்துவ குணம் கொண்டது என்ற தவறான நம்பிக்கைகளும் உள்ளதால் இவை வேட்டையாடப்

படுகிறது. இதே அளவில் நட்சத்திர ஆமைகள் வனங்களில் இருந்து அப்புறப்படுத்தப்பட்டாலோ, கொல்லப்பட்டாலோ சுற்றுச்சூழலுக்கு அது மிகப் பெரும் தீங்கு விளைவிக்கும் என்று எதிர்பார்க்கப்படுகிறது.

இயற்கை ஒவ்வொரு உயிரினத்திலும் என்ன புதையலை வைத்திருக்கிறது என்பது மனித அறிவிற்கு எட்டாத விஷயம். உதாரணமாக பார்த்தால், ஆமையின் உடல் உறுப்புகள் அவ்வளவு *சீக்கிரம்* பழுதாவதில்லை என ஆய்வாளர்கள் கண்டறிந்துள்ளனர். நூறு ஆண்டுகள் ஆன ஆமைகளின் ஈரல், நுரையீரல், சிறுநீரகம் ஆகியவற்றை ஆராய்ந்ததில் அவை இளம் ஆமைகளின் உடல் உறுப்புகளைப் போலவே இருந்துள்ளது. இதனால் ஆய்வாளர்கள் நீண்ட வாழ்நாளைப் பற்றி அறிந்துகொள்ள இவற்றின் மரபணுக்களை ஆராய்ந்து வருகின்றனர். அவ்வாறான ஆய்வுகள் மேற்கொள்ளப்பட்டு மனிதர்களின் பயன்பாட்டுக்கு வருமேயானால், இன்று மனிதர்களை அச்சுறுத்தும் மிகக் கொடிய நோய்களிலிருந்து விடுதலை கிடைக்கும்.

இத்தகைய மரபணுக்கள் காட்டு உயிரினங்களிடம் இயற்கையிலேயே கொட்டி கிடக்கின்றது. அவற்றின் பயன்களை முழுமையாக அறிந்து கொள்ளும் முன்னரே அவற்றை அழிப்பது முட்டாள்தனமான செயலாகும். அவ்வாறு விலைமதிப்பற்ற காட்டு உயிரினங்களை சிறுசிறு லாபங்களுக்காக பொன் முட்டையிடும் வாத்தை ஒரே நாளில் கொல்வதுபோல் மனிதர்கள் அவற்றை அழிப்பது ஏற்றுக்கொள்ளவே இயலாது.

வரம் 19: தேனீ

காடுகளினூடே செல்லும் மனிதர்களுக்கு பெரிதும் அச்சத்தை ஏற்படுத்தக்கூடிய விலங்கினங்களில் ஒன்று யானை. கோபத்தில் யானை சிறிது காலை அசைத்தாலே நாம் இருக்கும் இடம் தெரியாமல் போய் விடுவோம். அத்தகைய யானையையே மிகவும் சாதாரணமாக பயமுறுத்தும் விலங்கினம் ஒன்று இருக்கிறது. அது வேறு யாருமல்ல மனிதர்களுடன் சகஜமாக வாழ்ந்து மனிதர்களால் சகஜமாக கையாளப்படும் தேனீயே. தேனீக்களோடு சம்பந்தப்படாத வாழ்க்கை வாழ்ந்தவர்கள் இந்த உலகில் இருப்பது அரிதிலும் அரிது. அது நமக்கு அளிக்கும் அமிர்தமாகிய தேன் தூய்மைக்கும் மருத்துவ குணத்திற்கும் பெயர் போனது. தேனீக்கள் அண்டார்டிகா தவிர அனைத்துக் கண்டங்களிலும் வாழ்கிறது. எங்கெல்லாம் தாவரங்கள் இருக்கிறதோ, அங்கெல்லாம் தேனீக்களும் உண்டு.

ஈ பேரினத்தில் தற்போது வரை சுமார் இருபதாயிரம் இனங்கள் கண்டறியப்பட்டுள்ளன. அவற்றில் ஏழு இனங்கள் தேனீக்கள் வகையை சாரும். அவற்றுள் நாற்பத்தி நான்கு சிற்றினங்களும் உள்ளன. இவை பூவிலிருந்து தேனை உறிஞ்சி தேனடையில் தேனாக சேகரித்து வைக்கின்றன.

தேனீக்கள் சமுதாய வாழ்க்கை வாழக்கூடியது. ஒரு கூட்டில் ஒரு இராணித் தேனீ இருக்கும். இது உருவ அளவில் பெரியது. இதன் வேலை இனப்பெருக்கம் மட்டுமே. ஒரு நாளைக்கு சுமார் 1500 லிருந்து 2000 முட்டைகள் இடும். இந்த இராணித் தேனீக்கு இணையாக ஒரு கூட்டில் சுமார் 250 ஆண் தேனீக்கள் இருக்கும். இவை உருவ அளவில் நடுத்தரமானது. இதன் பணி இராணித் தேனீயுடன் இணை சேர்தல் மட்டுமே. ஆனால் அதில் சோகம் என்னவென்றால் இராணி தேனீயுடன் இணை சேர்ந்து அதை கருவுற வைத்தவுடன், ஆண் தேனீ இறந்துவிடும். மேலும் இவ்விருவகை தேனீக்களை தவிர உருவ அளவில் சிறியதான சுமார் 50 ஆயிரம் தேனீக்களும் உண்டு. இவை பணியாளர் தேனீக்கள் ஆகும். இவையும் பெண் தேனீக்கள் தான். ஆனால்

இவற்றிற்கும் இராணித்தேனீக்கும் என்ன வித்தியாசம் என்றால், இராணித் தேனீயால் கருவுற இயலும். பணியாளர்களால் கருவுற இயலாது. ஆனால் இவை இல்லாமல் தேனீக்களின் உலகில் அணுவும் அசையாது. நமக்கு இனிப்பான தேனும் கிடைக்காது. இவற்றின் பணிகள் கூடு /அடை கட்டுதல், கூட்டை பாதுகாத்தல், கூட்டை சுத்தப்படுத்துதல், ராயல் ஜெல்லி (Royal jelly), அதாவது பணியாளர் தேனீக்களின் உமிழ்நீர் உற்பத்தி செய்தல், இளம் உயிரிகளுக்கு (Larva) உணவு ஊட்டுதல், புதிய இராணி தேனீ உருவாக்குதல், பூந்தேன் சேகரித்தல், தேனின் ஈரப்பதத்தை குறைத்தல், தேன் மெழுகு உற்பத்தி செய்தல், மகரந்தம் சேகரித்தல், தேன் பசை எடுத்தல், தண்ணீர் எடுத்து வருதல் என அடுக்கிக் கொண்டே போகலாம்.

எவ்வாறு மூன்று வகையான தேனீக்கள் உருவாகிறது என்று பார்ப்போம். இராணித்தேனீ இடும் முட்டைகளில் இருவகையான முட்டைகள் உண்டு. ஒன்று கருவுறாத முட்டை மற்றொன்று கருவுற்ற முட்டை. இருவகையான முட்டைகளுமே இளம் உயிரியாக பரிணமிக்கும். இந்த இளம் உயிரிகள் அனைத்திற்குமே முதல் சில நாட்களுக்கு

ராயல் ஜெல்லி அதாவது பணி தேனீயின் உமிழ்நீர் உணவாக வழங்கப்படும் பின்னர் சிறிது நாட்களுக்குப் பின்னர் கருவுறாத முட்டைகளிலிருந்து வந்த இளம் உயிரிகளுக்கு தேன் மற்றும் செரிமானம் அடைந்த மகரந்தம் ஆகியவை உணவாக வழங்கப்படும்.. இவ்வாறு பணியாளர்களால் பராமரிக்கப்பட்ட இளம் உயிரிகள் ஆண் தேனீயாக உருவெடுக்கும். கருவுற்ற முட்டைகளிலிருந்து வந்த இளம் உயிரிகளில் ஒன்றிற்கு மட்டும் ஆண் தேனீக்களை போல, ஸ்பெஷலாக செரிமானம் அடைந்த மகரந்தம் உணவாக வழங்கப்படும். அந்த விஐபி வேறுயாருமில்லை, இராணித்தேனீ தான். மீதமிருக்கும் இளம் உயிரிகளுக்கு தொடர்ந்து ராயல் ஜெல்லி மட்டுமே உணவாக வழங்கப்படும். அவை பணியாளர் தேனீயாக உருவெடுக்கும். இந்த அனைத்து இளம் உயிரிகளுமே கூட்டுப்புழு (Pupa) என்னும் பருவத்தை தாண்டி தேனீ பூச்சியின் வடிவம் பெறும். ஆகவே பணியாளர் தேனீக்கள் வெறும் வேலை செய்வதற்காகவே படைக்கப்பட்டவை என்று தோன்றினாலும், எந்த தேனீ இராணியாக வரவேண்டும் என்பதை முடிவு செய்வதே பணியாளர்கள் தான். நம் இந்திய அரசியலமைப்பில் வாக்காளர்கள் தான் தங்களை யார் ஆள வேண்டும் என்று முடிவு செய்வது போன்றது தான் இதுவும். ஆனால் தேனீக்களிடம் அனைத்து விஷயங்களைப் போலவே இதிலும் ராணுவ கட்டுப்பாடு உண்டு. தேர்ந்தெடுக்கப்பட்ட நபர் தகுதி இல்லாமல் இருந்தாலோ, தகுதியை இழக்க ஆரம்பித்தாலோ அதை உடனடியாக பதவியிலிருந்து இறக்கி விட்டு, புதிய இராணி தேனீ உருவாக்கும் வேலைகளில் இறங்கி விடும். உதாரணமாக ஒரு இராணித் தேனீ கிழப்பருவம் எய்தி முட்டையிடும் சக்தியை கொஞ்சம் கொஞ்சமாக இழக்கும்போது, பணியாளர் தேனீக்கள் துரிதமாக செயல்பட்டு புதிதாக பெரிய அறைகள் கட்டி அதில் பழைய இராணியை முட்டையிட செய்து புதிய இராணியை உருவாக்கும். ஒன்றுக்கு மேற்பட்ட இராணித் தேனீக்கள் உருவாகும் பட்சத்தில், ஒரு இராணித் தேனீ பிரிந்து சென்று தனி

ஒரு கூட்டை உருவாக்குவதற்கு வாய்ப்புகள் உண்டு. ஒரு இராணித்தேனீ தன்னுடைய கூட்டிலேயே இன்னொரு இராணித்தேனீ பார்த்தால் விடாது. கொன்றுவிடும். இந்த விஷயத்தில் தேனீக்களிடம் சர்வாதிகாரம் நிலவுகிறது. மனிதர்களைப் போலவே சமுதாய வாழ்க்கை வாழும் தேனீக்களுக்கும் நமக்கும் மிகப்பெரிய தொடர்பு உண்டு. தேனின் மருத்துவ குணங்களை அறியாதவர் இல்லை. தேனீ உற்பத்தி செய்யும் மற்ற பொருட்கள் ஆகிய ராயல் ஜெல்லி, தேன்மெழுகு ஆகியவற்றிற்கும் பல பயன்பாடுகள் உண்டு. தேனீயின் கொடுக்கில் இருந்து எடுக்கப்படும் விஷமும் மருந்தாக பயன்படுகிறது. அதை எல்லாவற்றையும் விட மிகப்பெரிய சேவையை தேனீக்கள் இவ்வுலகிற்கு செய்கிறது. அதுதான் மகரந்தச் சேர்க்கை. இவ்வுலகின் பெரும்பான்மையான மகரந்தச்சேர்க்கை நிகழ்வுகள் தேனீக்களால் நடைபெறுகிறது. இத்தகைய தேனீக்களின் கூட்டை தற்போது பார்ப்பது அரிதாகி வருகிறது. அதன் எண்ணிக்கை மிகவும் குறைந்து வருகிறது. வேளாண்மையில் இரசாயனங்களை பயன்படுத்துதல், காலநிலை மாற்றம் போன்றவை இதற்கு முக்கிய காரணம். தேனீக்கள் இல்லை என்றால் சில வருடங்களிலேயே மனிதர்களும் இவ்வுலகில் இல்லாமல் போகும் நிலைமை வந்துவிடும்.

வரம் 20: வரையாடு

'காடெனும் வரம்' தொடரில் ஒவ்வொரு வாரமும் எத்தனையோ வரங்களை பார்த்தாகிவிட்டது. ஆனாலும் நமது மாநில விலங்கை குறித்து உங்களுடன் பகிரவில்லையே என்ற குறை இருந்து வந்தது. அந்த குறையை இந்த அத்தியாயத்தில் தீர்த்துவிடலாம். நமது தேசிய விலங்கான புலியை அனைவருமே புகைப்படத்திலாவது பார்த்திருப்போம். அதாவது புலி என்று சொன்னாலே அனைவராலும் அந்த உருவத்தை மனதில் உருவகப்படுத்தி பார்க்க இயலும். ஆனால் அந்தக் கொடுப்பினை நமது மாநில விலங்கான நீலகிரி வரையாட்டிற்கு இல்லை. பலருக்கு வரையாடு குறித்து எதுவுமே தெரிவதில்லை என்பதே நிதர்சனம்.

இன்று, தான் மாநில விலங்காக கொண்டாடப்படும் மாநிலத்திலேயே வரையாட்டிற்கு இந்த நிலைமை. நம் முன்னோர்களின் காலங்களில் பார்த்தால், அதாவது சங்க இலக்கியங்களில் சிலப்பதிகாரம், சீவகசிந்தாமணி,

பதினெண்மேல்கணக்கு நூல்கள், பதிற்றுப்பத்து போன்ற பல நூல்களில் வரையாடுகளைப் பற்றிய குறிப்புகள் உள்ளன. அவை பெரும்பாலும் குறிஞ்சி நிலப்பரப்பின் வளத்தை குறித்து விளக்கும் போது குறிப்பிடப்பட்டுள்ளது. அது மட்டுமல்ல, மூவேந்தர் வழியில் வந்த ஆடுகோட்பாட்டுச் சேரலாதன் என்ற மன்னனின் பெயரில் இருக்கும் 'ஆடு', அவன் தண்டாரண்ய பகுதியிலிருந்து வரையாடுகளை போரின் வெற்றியாக பிடித்து வந்ததால் சேர்த்துக் கொள்ளப்பட்டது. இத்தகைய பெருமைகளுடன் ஒரு பெரும் பகுதியை தன்னுடைய வாழிடமாக கொண்டு ஆட்சி செய்து வந்த வரையாடுகளை இன்று காண்பது மிகவும் அரிதாகிவிட்டது. இன்னும் குறிப்பாக சொல்லப்போனால், இன்றளவில் சுமார் 3,000 நீலகிரி வரையாடுகள் மட்டுமே இவ்வுலகில் உள்ளது. இவற்றிற்கு ஏன் இந்த நிலை வந்தது என்பதை அறிந்து கொள்ளும் முன்னர், இவற்றின் வாழ்க்கை மற்றும் வாழிட கூறுகளைப் பற்றி தெரிந்து கொள்ளலாம். இவ்வுலகில் அரேபிய வரையாடு, இமயமலை வரையாடு, நீலகிரி வரையாடு என மூன்று வகையான வரையாட்டு இனங்கள் உள்ளன. இம்மூன்று வரையாட்டு இனங்களில் உருவ அளவில் மிகவும் சிறியது அரேபிய வரையாடு மற்றும் மிகவும் பெரியது நீலகிரி வரையாடு ஆகும். ஒரு காலத்தில் மேற்கு தொடர்ச்சி மலைகளில் முழுவதும் பரவியிருந்த நீலகிரி வரையாடுகள், இன்று மேற்கு தொடர்ச்சி மலையின் தென் பகுதியான தமிழ்நாடு மற்றும் கேரள மாநிலங்களில் சில பகுதிகளில் மட்டுமே காணப்படுகிறது. இன்று அதன் வாழிடம் வரலாற்றில் அவை இருந்ததைக் காட்டிலும் பத்தில் ஒரு பங்காக சுருங்கி விட்டது. சுமார் 1100 லிருந்து 2600 மீட்டர் வரை உயரத்தில் மலைகளில் மட்டுமே இவை காணப்படும். அதிக மழைப்பொழிவு உள்ள சறுக்குப் பாறைகளில் இவற்றைக் காணலாம். இவற்றை 6 முதல் 150 வரையாடுகள் கொண்ட குழுக்களாக பார்க்கலாம். இவ்வாறு பெண் வரையாடுகள் மற்றும் இளம் குட்டிகள் சேர்ந்து பெரிய குழுக்களாய் வாழும். அவ்வாறு குழுக்களாக புல்வெளிகளில் வாழும்

பொழுது, அதில் மூத்த வரையாடு ஒன்று உயர்ந்த இடத்தில் நின்று காவல் காக்கும். அவற்றிற்கு பார்வை மிகவும் கூரியது என்பதால் வெகு தூரத்திலிருந்தே எதிரியை கண்டு கொள்ளும். அதுவும் தவிர கிடாய்கள் சிறு குழுக்களாகவோ (Bachelor herds) தனித்தோ வாழும். இனப்பெருக்க காலங்களில் மட்டும் பெண்கள் இருக்கும் குழுக்களுக்கு சென்று சேர்ந்து வாழும். எந்த கிடாய் இனப்பெருக்கத்திற்கு தேர்ந்தெடுக்கப்படும் என்பது அது வெளிப்படுத்தும் சக்தியை பொறுத்ததே. அதாவது பல காட்டு உயிரினங்களிடம் நிலவும் பழக்கத்தை போலவே வரையாடுகளிடமும் ஆதிக்கம் நிறைந்த ஆணிற்கு (Dominant male) பெண் குழுக்களுக்குள் சென்று இனப்பெருக்கம் செய்யும் வாய்ப்பு கிடைக்கும். தங்களுடைய சக்தியை வெளிப்படுத்த ஆண் வரையாடுகளுக்குள் கொம்பு சண்டை நடைபெறும். அந்த சண்டையில் ஜெயிக்கும் ஆண் வரையாட்டிற்கு இனப்பெருக்கத்திற்கான வாய்ப்பு கிடைக்கும். பொதுவாக ஜூன், ஜூலை மாதங்கள் இனப்பெருக்க காலங்கள் ஆகும். அதன் பின்னர் ஆறு மாத கர்ப்ப காலத்திற்குப் பின்னர் பெண் வரையாடு குட்டியை ஈன்றெடுக்கும். பொதுவாக ஒரு குட்டியும் அரிதாக இரட்டையர்கள் பிறப்பதற்கும் வாய்ப்பு உள்ளது.

உணவுச் சங்கிலியில் வரையாடுகளின் நிலையை பார்த்தோமேயானால், இவை சோலை புல்வெளிகளில் உள்ள புற்களை உண்ணும். ஏன் நீருக்காக கூட இந்த புல்வெளிகளில் உள்ள பனித்துளிகளையே நம்பியிருக்கிறது வரையாடுகள். மேலும் இவை சிறுத்தை, புலி, செந்நாய் போன்ற கொன்றுண்ணிகளுக்கு உணவாய் விளங்கும். இவை மிகுந்த செங்குத்தான பாறைகளைக் கொண்ட மேற்கு தொடர்ச்சி மலைகளின் உயரங்களில் வாழ்வதால், அப்பகுதிகளில் காணப்படும் ஒரே குளம்புகாலிகள் நீலகிரி வரையாடுகள் மட்டுமே. எதிரிகளிடமிருந்து தன்னைத்தானே பாதுகாத்துக் கொள்வதற்காகவும், கடுமையான வெயில் காலங்களிலும் பாறை இடுக்குகளில் சென்று மறைந்து கொள்ளும். மேலும் செங்குத்தான பாறை முகடுகளில் அவை அனாயசமாக செல்லும் சக்தி கொண்டது. அதனால் கொன்றுண்ணிகள் அவற்றை உணவுக்காக துரத்த நேர்ந்தால், உடனடியாக மிகவும் சறுக்கலான பாறைகளுக்கு சென்றுவிடும். மற்ற மிருகங்களால் அவ்வாறான சறுக்கலான செங்குத்தான பாறைகளில் சாதாரணமாக நடக்கக் கூட இயலாது.

இத்தகைய மிகவும் சாதாரண வாழ்க்கை வாழும் வரையாட்டிற்கு ஏன் மாநில விலங்கிற்கான அந்தஸ்து என்று நீங்கள் நினைக்கலாம். தனக்கான வாழ்க்கையை மிகவும் சாதாரணமாக அமைத்துக் கொண்டாலும், அதன் இருப்பால், மனிதர்களை வளமோடும் செல்வச் செழிப்போடும் வாழ வைத்துக் கொண்டிருக்கிறது இந்த வரையாடுகள். அவற்றின் சிறப்புகளை பார்த்தோமானால், இது மேற்கு தொடர்ச்சி மலைகளில் மட்டுமே வாழும் ஒரு உள்ளூர் இனம் (Endemic species), அதாவது ஓரிடவாழ்வி. அதாவது, தற்போதுள்ள நிலையில், தமிழகம் மற்றும் கேரளா மாநிலங்களில் உள்ள மேற்குத் தொடர்ச்சி மலைகளை தவிர உலகில் வேறு எங்குமே இவற்றை பார்க்க இயலாது. அதோடு மட்டுமல்லாமல், வரையாடுகளுக்கு 'சோலை புல்வெளி உயிர்ச்சூழலமைப்பின் பாதுகாவலன்' என்ற பெயரும் உண்டு.

இந்த சோலைக்காடுகள் பற்றி பல அத்தியாயங்களை எழுதலாம். அந்த அளவுக்கு சிறப்பு வாய்ந்தது. சோலைக் காடுகள் காணப்படும் மலைகளில் மிக உயரங்களில், சோலை புல்வெளிகள் மட்டுமே காணப்படும். பிற தாவர உண்ணிகள் மலைகளில் வாழ்ந்தாலும், மிகுந்த உயரங்களில் சறுக்கு பாறைகளிலும் சென்று புற்களை உண்ணும் சக்தி படைத்தது வரையாடுகள் மட்டுமே. அவ்வாறு சோலை புல்வெளிகளில் மேய்ந்து, அங்கே நிலவும் சூழல் மண்டலத்தை சமநிலையில் பாதுகாப்பது வரையாடுகள். இந்த சோலை காடுகளை பாதுகாப்பதால், வரையாடுகள் பல்லுயிர் ஆதார உயிரினமாக (Keystone species) பார்க்கப்படுகிறது. இந்த சோலைக்காடுகள் அவ்வளவு முக்கியத்துவம் வாய்ந்ததா? இந்த அத்தியாயம் வரையாடுகளுக்கானது என்பதால் சோலைக் காடுகளைப் பற்றி விரிவாக அடுத்து வரும் அத்தியாயங்களில் கூறுகிறேன். தற்போது புரிதலுக்காக, இந்த சோலை காடுகள் இல்லை என்றால் தென்னிந்திய நதிகள் எதுவுமில்லை; உணவு உற்பத்திக்கான விவசாயமும் தொழிற்சாலைகளும் இல்லை என்பதை மனதில் வைத்துக்கொள்ளுங்கள். வரையாடுகளின் வாழ்விடமாகிய சோலைக்காடுகள் துண்டாடப்பட்டதாலும் அழிக்கப்பட்டதாலும், அவை எண்ணிக்கையில் மிகக் குறைந்து காணப்படுவதால், பன்னாட்டு இயற்கைப் பாதுகாப்புச் சங்கம் (IUCN – International Union for Conservation of Nature and Natural resources) அவற்றை அருகி வரும் உயிரினமாக (Endangered Species), அதன் செம்பட்டியலில் (Red Data Book) வகைப்படுத்தியுள்ளது. மேலும் வன உயிரின பாதுகாப்பு சட்டம் 1972ன் படி, நீலகிரி வரையாடுகள் அட்டவணை ஒன்றில் (Schedule I) வகைப்படுத்தப்பட்டு உச்சபட்ச பாதுகாப்பு பெறுகிறது. நம் முன்னோர்கள் போற்றிப் புகழ்ந்தும், நமது அரசாங்கம் மாநில விலங்காக அங்கீகரித்தும் இருக்கும் வரையாடுகளை, இனி புகைப்படங்களில் மட்டுமே காணும் நிலைமை வராமல் இருப்பது மனிதர்களாகிய நம் கையில் மட்டுமே இருக்கிறது.

வரம் 21: சோலை

ஒரு இடத்தின் தட்பவெட்ப நிலையை பொறுத்து தான் அந்த இடத்தில் தாவர வகையும் செறிவும் இருக்கும். இது நம் அனைவருக்கும் பொதுவாக தெரிந்தது. தாவரங்களும், தட்பவெட்ப நிலையும் ஒன்றின் மேல் மற்றொன்று பரஸ்பர தாக்கம் ஏற்படுத்தும் தன்மை உடையது. தட்பவெட்பநிலை சீராக, தாவரங்களுக்கு ஏதுவாக இருந்தால், தாவரங்கள் செழித்து வளரும். தாவரங்கள் செழித்து வளர்ந்து அடர்ந்த சோலைகள் உருவானால், தட்பவெட்ப நிலை சீராகவும் பல உயிரினங்கள் வாழ்வதற்கு ஏதுவாகவும் அமையும். இவ்வாறு ஒரு இடத்தின் தட்பவெப்ப நிலை, மழையின் அளவு, மண்வகை போன்ற உயிரற்ற கூறுகளும் தாவரங்கள், பிற உயிரினங்கள் போன்ற உயிருள்ள கூறுகளும் சேர்ந்து ஒரு சூழல் மண்டலத்தை உருவாக்குகின்றன. இதுவே உலகின் பொது விதி. ஆனால் இந்த பொது விதிக்கு சில விதிவிலக்குகளும் உள்ளது. உலகின் சில பகுதிகளில் மட்டும் மிகவும் அரிதாக ஒரே தட்பவெப்ப நிலையைக் கொண்டிருந்தாலும் இரு வேறு வகையான தாவர வகைப்பாட்டினை காணலாம். அவற்றில் ஒன்றுதான் நமது மேற்குத் தொடர்ச்சி மலைகளில் காணப்படும் சோலைகள்.

'சோலை' என்ற பதம் அடர்ந்த மழைக்காடுகளை குறிக்கும். மேற்கு தொடர்ச்சி மலையில் கடல் மட்டத்திலிருந்து 1500 மீட்டர் உயரத்தில் இருந்து சோலைக்காடுகளைப் பார்க்கலாம். இதில் தனித்துவம் என்னவென்றால் சோலைகள் என்பது காடுகளை மட்டும் குறிப்பதல்ல. மலைகளில் பரந்துவிரிந்த புல்வெளிகளினூடே ஆங்காங்கே அடர்ந்த பசுமை மாறா மழைக் காடுகளை கொண்டு இருக்கும் நிலப்பரப்பையே சோலைகள் என்கிறோம். பொதுவாக ஒரு நிலப்பரப்பில் நிலவும் தட்ப வெப்பத்திற்கு ஏற்ப அங்கு தாவரங்கள் வளரும். அந்த நிலப்பரப்பு பரந்து விரியும் போது கொஞ்சம் கொஞ்சமாக தட்பவெப்ப நிலை மாறும்போது, தாவரங்களின் வகைகளும் மாறும். ஆனால் பொதுவாக அந்த மாற்றம் படிப்படியாக இருக்கும். உதாரணமாக அதிக மழை இல்லாத வறண்ட பகுதிகளில் உயரம் குறைந்த முட்கள் நிறைந்த மரங்கள் காணப்படும். நல்ல மழையளவு உள்ள சூழல் மண்டலங்களில் அடர்ந்த காடுகளாக காணப்படும். இவ்விரண்டு சூழல் மண்டலங்களுக்கும் நடுவே இந்த மாற்றம் படிப்படியாகவே இருக்கும். அதாவது, இந்த சூழல் மண்டலங்களின் ஓரங்களில் இந்த இரண்டு சூழல் மண்டலங்களிலும் காணப்படும்

தாவரங்களையும் விலங்கினங்களையும் காணலாம். ஆனால் சோலைகள் அப்படியல்ல. சோலைகளில் காணப்படும் புல்வெளிகளுக்கும் அடர்ந்த காடுகளுக்கும் இடையே உள்ள இடைவெளியை கழுகு பார்வையாக பார்த்தால் எளிதாக ஒரு புகைப்படத்தில் சுட்டிக் காட்டி விடலாம். இயற்கையே அந்த இரண்டுக்கும் உள்ள எல்லையை வகுத்து வரைந்து வைத்தது போன்று எளிதில் பிரித்து பார்த்து விடலாம். எங்கெங்கு காணினும் புற்களை மட்டுமே கொண்டுள்ள சோலை புல்வெளிகளின் நடுவே திடிரென்று சோலை காடுகளை காணலாம். அதாவது அடர்ந்த மழைக்காடுகளை காணலாம். பொதுவாக அடர்ந்த மழைக்காடுகள் நல்ல நீர் வடிகால் வசதி கொண்ட மலைகளின் பள்ளத்தாக்கு பகுதிகளிலும் மலைகளின் உயரங்களில் புல்வெளிகளையும் காணலாம். இந்த சோலைக்காடுகள் உலகின் பழமையான காடுகளில் ஒன்று. இதில் காணப்படும் பசுமைமாறா காடுகள் உயரம் குறைந்தவை ஆகும். சுமார் 25-ல் இருந்து 30 அடி தூரம் உயரம் மட்டுமே கொண்டவை. இவற்றை தூரத்தில் இருந்து பார்க்கும் பொழுது குடை போன்று உருண்டையான மேல்பகுதியை கொண்ட மரங்களுடன் பல்வேறு வண்ணங்களுடன் காணப்படும். மேற்கு தொடர்ச்சி மலைகளில் அமைந்திருக்கும் சோலைக் காடுகளில் இமயமலைகளில் காணப்படும் சிலவகை தாவரங்கள் கூட காணப்படுவது இன்றுவரை அறிவியலாளர்களுக்கு ஆச்சரியமூட்டும் விஷயமே. மலைகளின் உச்சியில் பலரின் கண்களுக்கு படாமலேயே அமைதியாய் ஓய்வெடுத்துக் கொண்டிருந்த புற்களுக்கும் ஒருகாலத்தில் ஆபத்து வந்தது.

ஆங்கிலேயர்கள் நம் நாட்டிற்கு வந்த பின்னர் கொஞ்சம் கொஞ்சமாக நமது இயற்கை வளங்களான காடுகள் அவர்களின் கட்டுப்பாட்டிற்குள் போனது. காடுகளை பொருளாதாரம் ஈட்டும் மாபெரும் தொழிற்சாலைகளாக பார்த்தார்கள் ஆங்கிலேயர்கள். தேக்கு போன்ற விலைமதிப்பற்ற மூலப்பொருட்கள் அவர்களின் கப்பல் கட்டுமானத்துக்கு தேவைப்பட்டதால், அடர்ந்த மரங்கள் நிறைந்த காடுகளை மிகவும் மதிப்புமிக்கவையாக பார்த்தார்கள். சுற்றுச்சூழல் சேவைகளையோ பல்லுயிரினப்பெருக்கத்தின் முக்கியத்துவத்தையோ அவர்கள் கருத்தில் கொள்ளவில்லை. அவ்வாறான மனநிலையில் ஆட்சியாளர்கள் இருந்தபோது, அவர்கள் கண்ணில் பட்டது இந்த சோலைகள். கண்ணைக்கவரும் சோலை புல்வெளிகளை அவர்கள் எதற்கும் உதவாதவையாக கருதி தரிசு நிலமாக (Wasteland) பார்த்தார்கள். இன்றும் ஊர்ப்புறங்களில் புற்கள் நிறைந்து காணப்படும் பகுதியை எதற்கும் உதவாத தரிசு நிலங்களாக பார்க்கும் மனப்பான்மை பெரும்பான்மையாக நிலவி வருகிறது. இந்த மனப்பான்மையால் சோலைக்காடுகள் பெரிதும் ஆபத்துக்கு உள்ளாகும் நிலைமை வந்தது.

சோலை புல்வெளிகளை அழித்து எளிதில் வருமானம் ஈட்டக்கூடிய யூகலிப்டஸ் போன்ற மரங்களை நட்டார்கள். ஆனால் எளிதில் மரங்களை வளர விடாத சோலை புல்வெளிகள் தங்களுடைய எதிர்ப்பை காட்டின. ஆம்!! சோலைக்காடுகள் அதன் அருகிலேயே இருந்தும்கூட புல்வெளிகளுக்கான நிலத்தில் அந்த மரங்களை பார்க்க முடியாது. இரண்டும் மிகச் சரியாக பிரிக்கப்பட்டது போல் இயற்கையால் வடிவமைக்கப்பட்டிருக்கிறது. சோலை புல்வெளிகள் தங்களுக்கான நிலப்பரப்பில் எந்த மரத்தையும் வளரவிடாது. அவ்வாறு அவைகள் காட்டிய எதிர்ப்பை மீறி அவற்றை தோற்கடிப்பதற்காக மிகவும் தீவிரமாக சோலை புற்களை அழிக்கும் பணிகள் மேற்கொள்ளப்பட்டது. உடனடியாக பொருளாதாரம் ஈட்டும் பயிர்களான யூகலிப்டஸ், தேயிலை, காபி போன்ற பயிர்கள் சோலைக்காடுகளுக்கான இடத்தை ஆக்கிரமித்துக் கொண்டன.

அதுமட்டுமல்லாமல் ஆங்கிலேயர்கள் அலங்காரத்திற்காக இந்த நிலத்திற்கு ஒவ்வாத பல தாவரங்களை அறிமுகப்படுத்தினர். எத்தனையோ மரங்களை தன்னுடைய நிலப்பரப்பிற்குள் வளரவிடாமல் வெற்றிகொண்ட சோலைக்காடுகள், இந்த புதிதாக அறிமுகப்படுத்தப்பட்ட களைச்செடிகளிடம் தோற்றுப்போயின. சோலை புல்வெளிகளில் களைச்செடிகள் பெரிதாக வளர்ந்து அந்த பகுதிகளை ஆக்கிரமிக்க தொடங்கின. இவ்வாறு பல்வேறு தரப்பிலிருந்து சோலைகளுக்கு அழுத்தங்கள் கொடுக்கப்பட்டது. முடிவில் மேற்கு தொடர்ச்சி மலைகளில் பல பகுதிகளில் சோலைகளுக்கான நிலப்பரப்புகள் கணிசமாக குறைந்து போயின.

பிற்காலத்தில் மனிதர்கள் தாங்கள் செய்த தவற்றை உணர்ந்தார்கள். சோலைகளின் சுற்றுச்சூழல் முக்கியத்துவத்தை உணர்ந்த நேரத்தில் கண்கெட்ட பிறகு சூரிய நமஸ்காரம் என்பது போன்ற கதைதான். மனிதர்களால் இந்த சோலைகளை உருவாக்கவே முடியாது. இயற்கை உருவாக்கிய காடுகளை எந்த சேதாரமும் இல்லாமல் பாதுகாப்பது மட்டுமே நம்மால் இயலும். சரி. இந்த சோலை புல்வெளிகளின்

முக்கியத்துவம்தான் என்ன? ஏன் இவற்றை நாம் பாதுகாக்க வேண்டும்? சோலை புல்வெளிகள் அடர்ந்த மரங்கள் நிறைந்த காடுகளை விடவும் அதிகமான நீர் பிடிப்புத் தன்மை கொண்டவை. தென்னிந்தியாவில் ஓடும் நதிகள் அனைத்தும் சோலை புல்வெளிகளில் ஊற்றாக தோன்றியவை தான். அதனால்தான் சோலை புல்வெளிகளை 'மேல்நிலை தண்ணீர் தொட்டிகள்' என்று அழைக்கிறோம். தண்ணீர் இல்லாமல் எந்த சுற்றுச் சூழல் மண்டலமும் இயங்க முடியாது. அந்த தண்ணீரின் ஆதாரத்தை உருவாக்கி அதை பிற சுற்றுச் சூழல் மண்டலங்களுக்கும் பயனுள்ள வகையில் செயற்படுவதால் சோலை சுற்றுச்சூழல் மண்டலத்தை அனைத்து சுற்றுச்சூழல் மண்டலத்திற்கும் முதன்மையானதாக கருதுகிறோம். மேலும் இந்தக் புல்வெளிகள் கரிமத் தன்மயமாக்கத்தில் (Carbon sequestration) மிகவும் திறமை வாய்ந்தது. பொதுவாக மரங்கள் நிறைந்த காடுகள் கரிமத்தை தனது உடல் பாகங்களில் அதாவது மண்ணுக்கு மேல் சேர்த்து வைத்துக் கொள்ளும். ஆனால் இந்த புல்வெளிகளால் மண்ணுக்குக் கீழே கரிமத்தை சேர்த்து வைத்துக்கொள்ள இயலும். அதுவே மிகவும் சிறந்த கரிமத் தன்மயமாக்க முறையாகும். தற்போது நிலவும் காலநிலை மாற்ற காலகட்டத்தில், சோலை புல்வெளிகள் மிகப்பெரிய நன்மையை மனிதர்களுக்கு செய்துவருகின்றது. அதுமட்டுமல்லாமல் சோலைகளின் பல்லுயிரினப்பெருக்கமும் மிகவும் சிறப்பு வாய்ந்தது. அதை உணவாக உட்கொள்ளும் விலங்கினங்களும் சோலைகளை நம்பி வாழ்கின்றன. நமது மாநில விலங்கான நீலகிரி வரையாடு உட்பட பல விலங்கினங்கள் சோலைகளை தங்களுடைய வாழ்விடமாக கொண்டுள்ளது. இத்தகைய முக்கியத்துவம் வாய்ந்த சோலைகள் பல இடங்களில் மிகவும் சுருங்கி வருவது எதிர்காலத்தில் நாம் எதிர்கொள்ள போகும் பேரழிவை சுட்டிக்காட்டுகிறது. மேலும் சோலைகளுக்கு நாம் இழைத்த அநீதியை சரி செய்ய நாம் பல தலைமுறைகளாக உழைத்தாலும்

சோலைப் புல்வெளிகளை மீண்டும் உருவாக்குவது மிகவும் கடினம். காடுகளை பொருத்தவரை ஏதோ ஒரு சந்தர்ப்பத்தில், மனிதர்கள் எடுக்கும் ஒரு தவறான முடிவு பல தலைமுறைகள் ஆனாலும் சரி செய்ய இயலாது என்பதற்கு சோலைகள் நல்ல உதாரணம்

வரம் 22: அத்தி

அத்தி என்றதும் நாம் அனைவரும் விரும்பி உண்ணும் அத்திப்பழம் தான் நினைவுக்கு வரும். ஆனால் இந்த அத்தியாயத்தில் அத்திப்பழங்களைப் பற்றி மட்டுமல்லாமல் இந்த அத்தியையும் ஒரு இனமாக உள்ளடக்கிய அத்தி என்ற பேரினத்தைப் பற்றி தான் பார்க்கப் போகிறோம். அத்தி என்பது மோரேசி (Moraceae) குடும்பத்தில் உள்ள மரங்கள், புதர்கள், கொடிகள், மேலொட்டிகளைக் கொண்ட ஏறத்தாழ எண்ணூற்று ஐம்பதுக்கும் அதிகமான இனங்களைக் கொண்ட ஒரு பேரினம் ஆகும். இக்குடும்பத்தில் காணப்படும் அனைத்து தாவரங்களும் இணைந்து அத்தி மரங்கள் அல்லது அத்தி என அழைக்கப்படுகின்றன. நம் ஊரில் தெய்வமாக வழிபடப்படும் ஆலமரம், அரசமரம் போன்ற மரங்களும் இந்த பேரினத்தில் அடக்கம். நம் ஊரில் மட்டுமல்ல உலகின் பல நாடுகளிலும் இம்மரங்களை தெய்வங்களோடு தொடர்புபடுத்தும் நம்பிக்கைகள் வழக்கில் இருக்கின்றது.

இவற்றை பெருமளவாக வெப்பவலயப் பகுதிகளில் காணலாம். மித வெப்ப மண்டலப் பகுதிகளிலும் காணப்படுகிறது. இயற்கையாகவே இவை பல இடங்களில் காணப்பட்டாலும், இக்குடும்பத்தில் மிகவும் பொதுவாக மனிதர்களின் உணவாக உண்ணப்படும் அத்தியான ∴பைகஸ் காரிகா (Ficus carica) உலகில் பெருமளவு சாகுபடி செய்யப்படுகிறது. அத்திப்பழங்களை உணவாக உட்கொண்டாலும் நமக்கு அவற்றைப் பற்றி ஒன்றுமே தெரியவில்லை என்பதே நிஜம்.

மேலும் அத்திப்பழங்கள் அசைவ உணவு வகையை சார்ந்தவை. அதிர்ச்சியாக இருக்கிறதா??? இதை புரிந்துகொள்ள அத்தி இனத்தின் இனப்பெருக்கத்தை குறித்து புரிந்து கொள்ள வேண்டியது அவசியம். அத்தி இனங்களில் சில வகையான குளவிகள் (Fig wasps) மூலமே இனப்பெருக்கம் நடைபெறுகிறது. அத்திக்கும் இந்த குளவிக்குமான உறவு சகவாழ்வு (Symbiosis) முறையாகும். ஒன்றில்லாமல் மற்றொன்று உயிர் வாழ இயலாது. இந்த உறவு எப்படி தொடங்கியது? இந்த உறவில் இருவரில் யார் அதிக பயன் பெறுகிறார்கள் என்பதை புரிந்து கொள்ள இயலாத அளவிற்கு பின்னிப்பிணைந்த உறவு இது. ஒவ்வொரு அத்தி குளவி இனத்திற்கும் ஒவ்வொரு வகையான அத்தி இனத்துடன் உறவு உள்ளது. சிலவேகை குளவிகள் ஒன்றிற்கும் மேற்பட்ட அத்தி இனத்துடன் இவ்வகையான உறவில் வாழ்கிறது. முதலில் ஒரு கர்ப்பிணி குளவி மூடியிருக்கும் மஞ்சரியின் வெளிப்புறத்தில் அடியிலிருக்கும் ஒரு ஊசி அளவு ஓட்டையின் வழியாக உள்ளே நுழையும். அவ்வாறு அது நுழையும் பொழுதே ஏற்கனவே அது தங்கியிருந்த

மற்றொரு மஞ்சரியின் மகரந்த துகள்கள் அதன் உடலில் ஒட்டியிருக்கும். உள்ளே சென்ற குளவி அங்கே முட்டைகள் இடும். மகரந்தத்தையும் உள்ளே இருக்கும் சிறு சிறு பூக்களில் சேர்த்துவிடும். முட்டையிட்ட சிறிது நேரத்தில் தாய்க்குளவி இறந்துவிடும். மகரந்தச் சேர்க்கை நடைபெற்று விட்டால் அத்திப்பூ கொஞ்சம் கொஞ்சமாக முதிர்ச்சி பெற ஆரம்பிக்கும். தாய் குளவி இட்ட முட்டைகளில் இருந்து முதலில் ஆண் இளரிகள் (Male larva) வெளிவரும். பெண்கள் வெளிவருவதற்கு முன்பே அவை முட்டையில் இருக்கும் போதே ஆண் இளரிகள் அவற்றை புணர்ந்து விடும். பிறக்கப்போகும் பெண் குளவிகள் வெளியேறுவதற்காக, அத்திப் பழங்களில் சிறு ஓட்டைகளை ஏற்படுத்தும். இவை அனைத்தையும் செய்த பின்னர் ஆண் குளவி இறந்துவிடும். ஆம்.. ஆண் குளவிகளின் பிறப்பின் ஒரே பயன் பெண் முட்டைகளை புணர்தல் மட்டுமே. அத்திப்பூவில் இருக்கும் தாய்க்குளவி மற்றும் ஆண் குளவிகளின் சடலங்களை அத்தியில் இயற்கையாகவே அமைந்திருக்கும் நொதிகள் மூலம் நொதித்து விடும். அந்த பூவிற்குள்ளேயே அவற்றிற்கு சமாதி கட்டி விடும். புதிதாக பிறந்த கர்ப்பம் தரித்த பெண் குளவிகள், தன் உடல் முழுவதும் மகரந்தங்களை சேகரித்துக்கொண்டு தன் வாழ்க்கை பயணத்தை தொடங்கும். மீண்டும் வாழ்க்கை ஒரு வட்டமாகும். ஆகவே நாம் உண்ணும் அத்திப் பழங்களில் இந்த குளவிகளின் உடல்கள் சுக்குநூறாக உடைக்கப்பட்டு பிரித்தறிய முடியாதபடி சேர்ந்து விட்டது என்பதே நிதர்சனம்.

பொதுவாக காடெனும் வரத்தில் ஒவ்வொரு காட்டுயிரினமும் எவ்வாறு மற்ற உயிரினங்களுக்கும் மனிதர்களுக்கும் பயனுள்ள வாழ்க்கை வாழ்கிறது என்பதை குறித்து பார்த்து வருகிறோம். ஆனால் அத்தி இனத்திற்கு ஒரு கோர முகமும் உண்டு

ஸ்ட்ராங்லர் ∴பிக்

அதனால் தான் அத்தி இனத்தை சேர்ந்த பல மரங்களுக்கு 'ஸ்ட்ராங்லர் ∴பிக்' (Strangler fig), அதாவது கழுத்தை நெரிக்கும் அத்தி என்ற பெயரும் உண்டு.

அடர்ந்த வெப்பமண்டலக் காடுகளில் அத்திப் பழங்களை உணவாக உண்ணும் உயிரினங்கள் சில சமயங்களில் சில மரங்களின் உச்சியில் அவற்றின் விதைகளை தூவி விடும். அவ்வாறு தூவப்படும் விதைகள் அந்த மரத்தின் மீது மேலொட்டிகளாக (Epiphyte) அந்த மரத்தின் மீது வளர ஆரம்பிக்கும். ஆனால் வாழ்க்கையின் ஒரு பகுதி மட்டுமே மேலொட்டியாக (Hemiepiphyte) வாழும். பின்பு கொஞ்சம் கொஞ்சமாக அவற்றின் வேர்கள் கீழ்நோக்கி மண்ணைத் தொடும் முயற்சியில் இறங்கும். அந்த ஓம்புயிரி மரத்தை முழுவதும் அரண் போல சூழ்ந்து விடும். தனக்குத் தேவையான சத்துக்களை கொஞ்சம்

கொஞ்சமாக தனக்கு பலியான மரத்திடம் இருந்து உறிந்துவிட்டு இறுதியில் அந்த மரத்தை கொன்றுவிடும். நாட்கள் செல்ல செல்ல அந்த ஓம்புயிரி மரம் இருந்த இடமே தெரியாமல், முற்றிலுமாக அழிக்கப்பட்டிருக்கும். அவ்வகையான அத்தி மரங்கள் பார்ப்பதற்கு கோபுரம் போன்ற வடிவத்துடன் காணப்படும். அந்த கோபுரத்திற்கு உள்ளே நுழைந்து பார்த்தால் குகை போன்று அந்த ஓம்புயிரி மரம் வாழ்ந்த வெற்றிடத்தை பார்க்கலாம்.

அத்தி மரங்கள் இவ்வளவு கொடூரமான வில்லனா?? இல்லை… அத்திமரங்கள் சூழலியல் முக்கியத்துவம் வாய்ந்த பல்லுயிர் ஆதார உயிரினமாக (Keystone species) பார்க்கப்படுகிறது. ஒரே ஒரு அத்திமரத்தால் ஒரு காட்டையே உருவாக்க முடியும். ஒரே ஒரு அத்தி மரம் கூட ஒரு சூழல் மண்டலமாக செயல்பட முடியும். ஏக்கர் கணக்கில் பரந்து விரிந்த ஆல மரங்களை பார்த்திருப்போம். அப்பேர்ப்பட்ட பெரும் மரங்களாகவும் வளர முடியும்.

ஸ்ட்ராங்லர் ஃபிக் உள்ளே

பொதுவாக காட்டில் ஒவ்வொரு மர இனமும் பூத்துக் காய்ப்பது வருடத்தில் ஒரு காலத்தில் தான் நடக்கும்.

ஆனால் அத்தி இனங்களைப் பொருத்த வரை வருடம் முழுவதும் பூத்துக் காய்த்துக் கொண்டிருக்கும். ஆகவே பழவுண்ணிகளான பறவைகள், அணில்கள், ஊர்வன, குரங்குகள், ஏன் கற்கால மனிதர்கள் கூட அத்தி இனங்களை நம்பி வாழ்ந்தார்கள். 1300க்கும் அதிகமான பறவைகள் மற்றும் பாலூட்டி இனங்கள் அத்தியை உணவாக உட்கொள்வதாக சில ஆய்வுகள் கூறுகின்றது. காட்டில் எந்த மரம் காய்த்தாலும் காய்க்காவிட்டாலும் அத்தி கண்டிப்பாக பூத்து காய்த்து இருக்கும். ஆகவே வருடத்தின் எந்த காலமாக இருந்தாலும் வனத்தில் வாழும் ஒரு உயிரினம் தனக்கு கண்டிப்பாக உணவு கிடைக்கும் என்று நம்பி ஒரு அத்தி இன மரத்தை நோக்கி எந்நேரமும் வரலாம். காட்டில் வாழும் பழவுண்ணிகள் தங்கள் வாழ்க்கையின் ஏதாவது ஒரு காலகட்டத்தில் கண்டிப்பாக ஏதாவது ஒரு அத்தி இன மரத்தை நம்பி வாழ்ந்து இருக்கும். ஆகவே அத்தி மரங்கள் இல்லை என்றால் பல சூழல் மண்டலங்கள் நிலைகுலைந்து போய் விடும்.

அதுமட்டுமல்ல பல பறவைகளுக்கும் விலங்கினங்களுக்கும் வாழ்விடமாகவும் அத்தி இன மரங்கள் உள்ளது. மேலும் தனது பறந்து விரிந்த வேர்களால் நிலத்தில் மண்ணை இறுகப்பிடித்து மண்ணரிப்பிலிருந்து பாதுகாப்பதில் பெரும் பங்கு வகிக்கிறது. மேலும் மண்ணை இறுக்கிப் பிடித்து வைத்துக் கொள்வதால் நிலத்தடிநீரை பாதுகாப்பதிலும் முக்கிய பங்கு வகிக்கிறது. மேலும் பொதுவாக அழிக்கப்பட்ட காடுகளில் முதலில் முளைக்கும் மரமும் பெரும்பான்மையாக ஒரு அத்தி இனமாகத்தான் இருக்கும். அத்தகைய மீள உதித்தெழும் தன்மையுடையது அத்தி இன மரங்கள். ஒரு அத்தி இன மரம் உருவானால் அதன்பின்னர் ஒரு காடை உருவாக்கிவிடும். அடுத்த முறை அத்தி பழம் உண்ணும் போது ஒரு காட்டையே உருவாக்கும் சக்தி கொண்ட பழம் என்று பெருமைமிகு அத்தி இன மரங்களை நினைவு கூர்ந்து இயற்கையை போற்றுவோம்.

வரம் 23: கரிச்சான் குருவி

பார்ப்பதற்கு குருவியைப் போன்று உருவத்தில் சிறிய அளவில் இருந்தாலும், பறவைகளின் உலகில் இந்த அத்தியாயத்தின் நாயகனான கரிச்சான் குருவி ஒரு சூப்பர் ஹீரோ. இந்த குருவியிடமிருந்து கற்றுக்கொள்ள மனிதர்களுக்கு நிறைய விஷயம் இருக்கிறது காலையில் துயிலெழுதல் முதற்கொண்டு தன் வாழ்விற்கென பல கோட்பாடுகளை வரையறுத்து கொண்டு கரிச்சான் குருவி வாழ்கிறது. சிறுவயது முதலே அதிகாலையில் துயிலெழுவதால் கிடைக்கும் நன்மைகளைப் பற்றி அனைவரும் போதிக்கப் பட்டிருக்கிறோம். பறவைகள் உலகில் அதிகாலையிலேயே எழும்பும் ஒரு பறவை என்றால் அது கரிச்சான் குருவிகளே. திருப்பாவையில் அதிகாலை மூன்றரை மணிக்கு ஆனைச்சாத்தன் எழும்புவதாக குறிப்பிடப்பட்டுள்ளது. ஆம்!!! கரிச்சான் குருவி, இரட்டைவால் குருவி, கருவாட்டு வால் குருவி, ஆனைச்சாத்தன், காரி, காக்கை தம்பிராட்டி என பல பெயர்கள் உள்ளது இப்பறவைகளுக்கு. அதிகாலையில் எழும்புவதின் மூலம் தான் மட்டும் பயனடையாமல், பல உயிரினங்களையும் பயனடைய வைக்கிறது.

உலகம் முழுவதும் 29 கரிச்சான் குருவியினங்கள் உள்ளது. இவை பரவலாக தென் மற்றும் தென்கிழக்கு ஆசிய நாடுகளில் காணப்படுகின்றது. உடல் முழுவதும் கருமையான நிறத்துடன், ஆழமாக பிரிக்கப்பட்ட நீண்ட வாலை கொண்டுள்ளதால் ஊர்ப்புறங்களில் இரட்டைவால் குருவி என்றும் அழைக்கப்படுகிறது. சில இனங்கள் தலையில் வெள்ளை குறியுடன் காணப்படுகின்றன. சில இனங்களின் இளம் பறவைகள் மங்கலான பழுப்பு சாம்பல் நிறத்திலும் காணப்படுகின்றன. சில இனங்களின் வயிற்றுப்பகுதி வெள்ளை நிறத்தில் காணப்படுகின்றன. இவ்வாறு பல மாறுபாடுகள் காணப்பட்டாலும், நாம் பொதுவாகப் பார்க்கும் கரிச்சான் குருவிகள் அனைத்துமே உடல் முழுவதும் கருமை நிறம் கொண்டவை தான். இவை பொதுவாக திறந்த வெளியான வேளாண்மைத் நிலங்களிலும் அடர்த்தியற்ற காடுகளிலும் வசிக்கிறது.

சரி!!! கரிச்சான் குருவி அதிகாலையிலேயே விழித்து விடும் என்று பார்த்தோம். அதிகாலையில் விழித்து என்னதான் செய்யும்?? காலையிலேயே பூச்சிகள் சுறுசுறுப்பாக இருக்கும் போதே அவற்றைப் பிடித்து உண்ண ஆரம்பித்து விடும். வெட்டுக்கிளி, குளவி, எறும்புகள் போன்றவற்றை விரும்பி உண்ணும். அதிலும் குறிப்பாக வெட்டுக்கிளிகள் அதற்கு மிகவும் பிடித்த உணவு.

ஒரு மணி நேரத்திற்கு சுமார் 100 லிருந்து 150 பூச்சிகளை பிடித்து உண்ணும். நாள் முழுவதும் ஆயிரக்கணக்கான பூச்சிகளை கொன்று தீர்க்கும். சில பறவைகள் மின்கம்பிகளிலோ செடிகளிலோ உட்கார்ந்துகொண்டு சிறிது தூரம் வரை சென்றுவிட்டு மீண்டும் மீண்டும் அதே இடத்தில் வந்து உட்காருவதை பார்த்திருப்போம். பூச்சிகள் சிறிது தூரத்தில் வரும்போதே அவற்றை துல்லியமாக பார்த்து அவற்றை பிடித்து தின்று விடும். கரிச்சான் குருவிகளின் உடல் என்னவோ மிகவும் சிறியதுதான். அதற்கு உணவு தேவையும் குறைவு தான். இருப்பினும் மிகவும் அதிக எண்ணிக்கையில் பூச்சிகளை கொன்று தின்னும். அவ்வாறு கொன்று தின்னும் பூச்சிகளை, தனக்கு தேவைக்கு மீறிய உணவை மீண்டும் தன் வாய்க்கு கொண்டுவந்து துப்பி விடும். அவ்வாறு வெளியேறும் உணவு எறும்பு போன்ற பூச்சிகளுக்கு உணவாக அமையும். இயற்கையின் தாதுப்பொருள் சுழற்சியில் மண்ணில் இயற்கை உரமாகும். இப்பறவைகளை மாடுகள் மீது அமர்ந்து கொண்டு வலம் வருவதையும் நாம் பார்க்கலாம். மாடுகள் நடக்கும் போது அவற்றின் கால் அசைவுகளால் செடிகளில் உள்ள பூச்சிகள் பறக்கும். அவற்றை பிடித்து தின்று விட்டு மறுபடியும் மாட்டின் மேல் வந்து அமர்ந்து கொள்ளும். இதனால் கால்நடைகளுக்கும் சில நன்மைகள் உள்ளது. அவை என்ன என்று ஒவ்வொன்றாக பார்ப்போம்.

கரிச்சான் குருவிகளின் மற்றும் ஒரு வியத்தகு குணம், அதன் வீரம். ஆம்!!! வீரம் மிகுந்த பறவைகள் அவை. பயம் என்றால் என்னவென்றே தெரியாத பறவைகள். இனப்பெருக்க காலத்தில் கூடு அமைத்து இரண்டு முதல் நான்கு முட்டைகள் இடும். அந்த காலகட்டத்தில் கொன்றுண்ணி பறவைகள் ஏதாவது அங்கு வந்தால் அவ்வளவு தான். அவை எவ்வளவு கொடூரமான கொன்றுண்ணி பறவையாக இருந்தாலும், அளவில் எவ்வளவு பெரியதாக இருந்தாலும் அதைக் கண்டு பயப்படாது. ஒரு வழி பண்ணி விடும் கரிச்சான் குருவிகள். தன் பிள்ளைகளை எதிரிகளிடமிருந்து காக்க வேண்டும் என்ற பெற்றோருக்கான உணர்வும் வீரமும் அங்கே மேலோங்கி நிற்கும். கழுகு, பருந்து, காகம், ஆந்தை போன்ற அளவில் பெரிய மற்றும் கொடூரமாக கொத்தி தின்னும் பறவைகளை கண்டு கூட அஞ்சாது. அவற்றையும் வீரத்துடன் துரத்தும். சில சமயங்களில் பருந்து போன்ற பறவைகளின் மேல் தாக்குதல் நடத்தும். ஒரு சில சமயங்களில் பருந்து போன்ற கொன்றுண்ணி பறவைகளின் தலையில் ஏறி அமர்ந்து கொண்டு அவற்றை கொத்தும். எவ்வளவு பெரிய கொன்றுண்ணியாக இருந்தாலும் கரிச்சான் குருவிகளை பார்த்து பயந்து நடுங்கும் நிலைமைதான். வீரம் என்பது உடலில் இல்லை மனதில்தான் இருக்கிறது என்பதை கரிச்சான் குருவிகளிடம் இருந்து கற்றுக்கொள்ளலாம். மேலும் இந்த குணத்தினால் தான் இவை ஏறி பயணம் செய்யும் மாடுகளும் சில சமயங்களில் பயன் பெறுகிறது. மாடுகளின் உடலில் சில சமயங்களில் காயம், புண் ஆகியவை ஏற்படும்போது, காகம் போன்ற பறவைகள் அதை கொத்த முற்படும். அவற்றை தன் போர் குணத்தால் விரட்டியடித்து கால்நடைகளை காப்பாற்றுவதும் கரிச்சான் குருவிகளே. இந்தப் போர் குணத்தால் தான் இவற்றிற்கு கிங் க்ரோ (King crow) என்ற ஒரு பெயரும் உண்டு. அதாவது, பறவைகளின் ராஜா என்று அழைக்கப்படுகிறது.

இவ்வாறு மிகுந்த விழிப்புடனும், வீரத்துடனும், பெற்றோருக்கான உணர்வுடனும் தன் கூட்டை பாதுகாப்பதால் பல பறவைகள் கரிச்சான் குருவிகளை அண்டி வாழ்கின்றன. (Commensalism) ஆம்!! இதுவும் ஒரு வகையான கூட்டுயிரி வாழ்க்கை (Symbiosis) முறைதான். ஆனால் இந்த அண்டி வாழ்தல் முறையில் ஒரு உயிரினம் பயன்பெறும். மற்றொரு உயிரினத்திற்கு எந்த பயனும் இல்லை; பாதிப்பும் இல்லை. புறாக்கள், தவிட்டுக்குருவிகள், கொண்டைக் குருவிகள் போன்ற பலவகையான பறவைகள் கரிச்சான் குருவிகளின் கூடுகள் இருக்கும் பகுதிக்கு அருகிலேயே கூடமைக்கும். ஏனென்றால் கரிச்சான் குருவிகள் கொன்றுண்ணிப் பறவைகளை தங்கள் கூடுகளுக்கு அருகில் அண்டவே விடுவதில்லை என்பதால், அண்டி வாழும் பறவைகளின் பிள்ளைகளுக்கும் உச்சபட்ச பாதுகாப்பு கிடைக்கும். இவ்வாறு கரிச்சான் குருவிகள் தன் பிள்ளைகளை பாதுகாப்பது மட்டுமில்லாமல் தன் சமுதாயத்தையே பாதுகாக்கும் மிகப்பெரிய பொறுப்பை தன் கைகளில் கொண்டுள்ளது.

அதுமட்டுமன்றி கொன்றுண்ணிப் பறவைகள் கூட்டின் அருகில் வந்தாலே உடனடியாக எச்சரிக்கை ஒலி எழுப்பி, அப்பகுதியில் உள்ள அனைத்து பறவைகளையும் விழிப்புடன் இருக்கச் செய்யும். இந்த எச்சரிக்கை ஒலி எழுப்புவதில் கரிச்சான் குருவிகள் பலகுரல் மன்னன் என்றே கூறலாம். எந்த பறவை இனத்திற்கு எந்தக் குரலை எழுப்பினால் அது எச்சரிக்கையாகும் என்பதை தெரிந்து அந்த குரலை எழுப்பும். சில பறவை இனங்கள் ஒரு குரலுக்கு எச்சரிக்கையாகவில்லை என்றால், குரலை மாற்றி வேறு ஒலி எழுப்பும். இத்தகைய குணம் இருப்பதால் மற்ற பறவைகளின் மனதை படிக்கும் திறமை கரிச்சான் குருவிக்கு இருப்பதாக ஆய்வாளர்கள் கூறுகிறார்கள். கரிச்சான் குருவிகளுக்கு விஷமத்தனமும் தந்திரமும் கூட உண்டு. தன் பலகுரல் திறமையை கொண்டு சில சமயங்களில் மற்ற பறவைகளின் உணவை திருடி தின்று

விடும். ஏதாவது ஒரு பறவை உணவுடன் இருப்பதை பார்த்தால் உடனடியாக எச்சரிக்கை ஒலி எழுப்பும். அந்த பறவை அந்த உணவை அந்த இடத்திலேயே விட்டுவிட்டு பறந்து செல்லும். உடனே கரிச்சான் குருவி தன் திட்டம் நிறைவேறியதையடுத்து அந்த இடத்திற்கு சென்று உணவை தின்று விடும். இவ்வாறு விஷமம் செய்யும் போதும் சில பறவைகள் உஷாராக அந்த இடத்தை விட்டு செல்லவில்லை என்றால் தன் குரலை மாற்றி வேறு குரல்களில் முயற்சி செய்யும். இதுவும் ஒரு ஒட்டுண்ணி வகைதான் அதாவது தனக்கான உணவை மற்ற உயிரினத்திடமிருந்து திருடி தின்னுதல். (Kleptoparasitism).

இவ்வாறு பல பறவைகளின் இனப்பெருக்கத்திற்கும் பாதுகாப்பிற்கும் பொறுப்பில் இருக்கும் கரிச்சான் குருவி தற்போது உள்ள காலகட்டங்களில் எண்ணிக்கையில் குறைந்து வருகிறது. அவற்றை பார்ப்பது அரிதாகி வருகிறது. இதற்கு முக்கிய காரணம் வயல்வெளிகளில் மனிதர்கள் தெளிக்கும் பூச்சிக்கொல்லி மருந்துகளே. பூச்சிகளை எல்லாம் கொன்று தின்ன கரிச்சான் குருவிகளுக்கு வாய்ப்பே அளிக்காமல் வெறும்

சம்பிரதாயமாக பூச்சிக்கொல்லி மருந்துகளை விவசாய நிலங்களில் எல்லாம் தெளித்து விடுவதால் கரிச்சான் குருவி மட்டுமன்றி அதை நம்பி இருக்கும் பல பறவைகளின் வாழ்க்கையிலும் நாம் மிகப்பெரிய துன்பத்தை ஏற்படுத்துகிறோம். இன்று நாம் செய்திகளில் அவ்வப்போது கேள்விப்படும் வெட்டுக்கிளி படையெடுப்பு போன்ற ஆபத்துகளிலிருந்து காப்பாற்ற கரிச்சான் குருவி போன்ற பறவைகளே இயற்கையின் பதிலாகும். உருவ அளவில் மிகவும் சிறிய கரிச்சான் குருவி தன் வீரத்தாலும் அறிவாலும் தனக்கும் தன் சந்ததியினருக்கு மட்டுமல்லாமல், தன் சமூகத்திற்கே, ஏன் மனிதர்களுக்கு கூட பயனுள்ள வாழ்க்கையை வாழ்கிறது. மனிதர்களாகிய நாம் உலகிலேயே அறிவில் சிறந்தவர்கள் என்று நம்மைப்பற்றி நாமே பெருமைப்பட்டுக் கொண்டாலும் இந்த இயற்கைக்கு என்ன செய்து கொண்டிருக்கிறோம் என்பதை நம்மை நோக்கி நாமே கேள்வி கேட்டுக் கொள்ள வேண்டிய நேரம் இது.

வரம் 24: பாம்பு

நினைத்த மாத்திரத்திலேயே ஒருவருக்கு பயத்தை ஏற்படுத்தும் உயிரினம் ஒன்று உண்டு என்றால் அது பாம்புகள் தான். பாம்பு என்றால் படையும் நடுங்கும் என்று நாம் கேள்விப்பட்டிருப்போம். இது ஒருபுறமிருக்க, மற்றொருபுறம் பாம்புகளை தெய்வமாக வணங்குவதும், பல மூடநம்பிக்கைகளைப் புனைவதும் அனைத்து மதங்களிலும், உலகின் அனைத்து பகுதிகளிலும் நிலவி வருகிறது. நம்ம ஊர் திரைப்படங்களைப் பற்றி கேட்கவே வேண்டாம். பாம்புகள் மனிதர்களாக உருவெடுப்பது, தன்னை தாக்கியவரை, தன் துணையை கொன்றவரை அப்பொழுதே கொல்லாமல், அவரை தப்பிக்க விட்டு தேடிச்சென்று பழிவாங்குவது போன்ற உச்சகட்ட முட்டாள்தனங்களை பார்த்துதான் அனைவரும் வளர்ந்திருக்கிறோம். முதலில் அவற்றில் சிலவற்றை பார்ப்போம்.

முதலாவதாக நாகப்பாம்பு யாரையும் கடிக்காமல் விஷத்தை பாய்ச்சாமல் இருந்தால் விஷம் சேர்ந்து, அதன் தலையில் மாணிக்கம் உருவாக்கும் சக்தி கொண்டது என்ற மூடநம்பிக்கை பல ஊடகங்கள் வாயிலாக நமக்கு போதிக்கப்பட்ட பொய். பாம்புகளால் மாணிக்கம், வைரம், வைடூரியம் ஏன் ஒரு சாதாரண கூழாங்கல்லைக் கூட உருவாக்க முடியாது. மற்றொன்று கொம்பேறி மூக்கன் பாம்பு கடித்தால், அந்த விஷத்திற்கு மருந்தே கிடையாது. மேலும் வேறு வேலை எதுவும் இல்லாமல் அது தீண்டியவர் இறந்து விட்டாரா என்று சுடுகாடு வரை சென்று அந்த பாம்பு பார்க்கும் என்பது போன்ற கதைகளை அனைவரும் கேட்டிருப்போம். முதலில், கொம்பேறி மூக்கன் ஒரு விஷமற்ற பாம்பு. அது கடித்தால் விஷம் ஏறாது. மேலும் கொம்பேறி மூக்கன் மட்டுமல்ல எந்த பாம்பிற்கும் அவ்வளவு ஞாபகம் சக்தி கிடையாது. தன் துணையை கொன்றவரை தேடி சென்று பழிவாங்கும் பாம்புகளின் கதைகளுக்கும் இந்தப் பதில் பொருந்தும். ஆகவே கர்மா இஸ் எ பூமராங் கதைகள் பாம்புகளுக்கு பொருந்தாது. மற்றொன்று பாம்பு பால் குடிக்கும் என்பது. வெகு நாட்களாக உணவு உண்ணாமல் இருக்கும் பாம்பு பால் குடிக்க வாய்ப்பிருக்கிறது. ஆனால் பால் என்னவோ அதன் விருப்ப உணவு போலவும், அதனால் தான் அனைவரும் பாலை கொண்டுபோய் நாகராஜாவிற்கு கொடுப்பது போலவும் சித்தரித்திருப்பது கட்டுக்கதையே. மேலும் பாலை ஜீரணிக்கும் அளவிற்கு பாம்புகளுக்கு சக்தி இல்லை. திரைப்படங்கள் உருவாக்கிய மற்றும் ஒரு கட்டுக்கதை ஐந்துதலை நாகங்கள். மிகவும் அரிதாக மரபணுக்கள் பிறழ்வால் ஒன்றுக்கும் மேற்பட்ட தலைகொண்ட பாம்புகள் பிறக்க வாய்ப்பிருக்கிறது அது முழுக்க முழுக்க இயற்கையின் பிறழ்வே தவிர அந்த பாம்பிற்கு எந்த விசேஷ சக்தியும் கிடையாது. மேலும் பாம்புகளின் நடனம், தன்னை கொன்றவரை ஏழேழு ஜென்மங்களுக்கும் நினைவு வைத்து பழி வாங்குதல், பாம்பாட்டியின் மகுடிக்கு ஆடுதல் என இந்தப் பட்டியலை நீட்டிக்கொண்டே போகலாம்.

மனிதர்களோடு அதிகமாக பழகிய ஒரு காட்டு உயிரினம் என்றால் அது பாம்புகள் தான். அதே சமயம் மிகவும் அதிகமாக தவறாக புரிந்து கொள்ளப்பட்டவையும் பாம்புகள் தான். மனிதர்களும் பாம்புகளும் இவ்வுலகில் பன்னெடுங்காலமாக வாழ்விடத்தை பகிர்ந்து கொண்டுள்ளனர். அவற்றுடன் இணைந்து இயைந்து வாழ்வதே சிறந்த வாழ்க்கை முறையாகும். பாம்புகளை குறித்த பயத்தை விட்டொழிக்க, அவற்றை குறித்த சில முக்கிய தகவல்களை அறிந்து கொள்வது மிகவும் அவசியம்.

இவ்வுலகில் சுமார் 3000 வகையான பாம்பினங்கள் உள்ளது. அவற்றில் சுமார் 600 வகையான பாம்பினங்கள் விஷத்தன்மை வாய்ந்தவை. நமது நாட்டை எடுத்துக்கொண்டால் சுமார் 270 வகையான பாம்பினங்கள் பதிவு செய்யப்பட்டுள்ளது. அவற்றில் சுமார் 60 வகையான பாம்பினங்கள் விஷத்தன்மை வாய்ந்தவை. 60 வகையான பாம்புகளை சமாளிக்க வேண்டுமா என்று மலைக்க வேண்டாம். அவற்றில் மனிதர்கள் வாழும் ஊருக்குள், அதாவது குடியிருப்பு பகுதிகளில் வாழும் பாம்புகள் நான்கு ஆகும். அவற்றை பெரும் நான்கு (Big four)

என்று குறிப்பிடுவதுண்டு. அதாவது இந்த நான்கு வகை பாம்புகள் மட்டுமே மனிதர்களாகிய நாம் பார்ப்பதற்கான வாய்ப்புகள் மிகவும் அதிகம். அவை நாகப்பாம்பு/ நல்ல பாம்பு (Cobra) கட்டுவிரியன் (Common Krait) சுருட்டை விரியன் (Saw scaled viper) கண்ணாடி விரியன் (Russell's viper) ஆகியவையாகும். இதில் சுருட்டை விரியன் பாம்பு பாறைப் பகுதிகளிலும் காடுகளின் ஓரங்களில் உள்ள பகுதிகளிலும் அதிகமாக காணப்படும். வீடுகளில் வருவது மிகவும் குறைவு. கண்ணாடி விரியன் மற்றும் கட்டுவிரியன் இரவு நேரத்தில் இரை தேடி வெளியே வரும். இந்த பாம்புகளால் தீண்டப்பட்டவர்கள் பெரும்பாலும் இரவு 12 மணியிலிருந்து ஒரு மணி வரை, அதாவது, அவை மிகவும் சுறுசுறுப்பாக இயங்கும் நேரத்தில் அவற்றோடு தொடர்பில் வந்தவர்களே. இந்த பாம்பினங்களை அடையாளம் காண தெரிந்தாலே, பாம்பினால் ஏற்படும் உயிர் இழப்பையோ, நிரந்தர ஊனத்தையோ தவிர்த்து விடலாம். இது தவிர குறைந்த விஷமுள்ள இருப்பாம்பினங்களை பொதுவாக காணலாம். அவை பச்சை பாம்பு மற்றும் பூனை பாம்பு ஆகும். அவற்றின் விஷம் பொதுவாக இரையை கொல்வதற்கும் அவற்றை பிடித்து உண்பதற்குமே பயன்படுத்தப்படுகிறது. மனிதர்களை பாதிக்கும் அளவுக்கான விஷம் அவற்றில் இல்லை.

இவற்றைத் தவிர மீதமுள்ள விஷப்பாம்புகள் காட்டில் வாழ்பவை. அவை எங்களைப் போன்று காடுகளில் சுற்றித் திரிபவர்களின் கண்களில் படுவதற்கு வாய்ப்புகள் உண்டு.

இவற்றைத்தவிர மற்றுமொரு வகை பாம்பினம் மனிதர்களுக்கு பரிச்சயமானது. அவை மலைப்பாம்புகள். மலைப் பாம்புகள் விஷமற்றவை. இரையினை தன் உடலினால் முழுவதும் நெரித்தும் மூச்சுவிட முடியாமல் செயலிழக்கச் செய்தும் கொன்று உண்ணும் தன்மை கொண்டது.

பொந்துகளையும், மறைவான இடங்களையும் வாழ்விடங்களாக கொண்ட பாம்புகள் பொதுவாக வீட்டுக்குள் வருவது மழைகாலங்களிலேயே அதிகம். அவற்றின் வாழிடங்கள் நீரினால் நிரம்பி விடுவதால் வீட்டுக்குள் அது நுழைந்து விடும் வாய்ப்புகள் அதிகம். மனிதர்களின் நடமாட்டத்தை தெரிந்தே அவை தங்களுடைய நடமாட்டத்தை தீர்மானிக்கும். அதனுடைய கீழ் தாடையால் தரையில் சிறு அதிர்வுகளை கூட உணர முடியும். சில சமயங்களில், குளிர்ந்த ரத்தம் கொண்டவை என்பதால் குளிர்காலங்களில் வெப்பத்திற்காக திறந்து வெளிகளிலோ அல்லது உரிய பாதுகாப்பு இல்லாமல் தரையில் படுத்து உறங்குபவர்களின் அருகிலே வந்து கிடக்க வாய்ப்புகள் அதிகம்.

வீடுகளில் பொந்துகள் எதுவும் இல்லாமல் பாம்பு நுழைவதற்கு இடுக்குகள் எதுவும் இல்லாமல் பாதுகாத்துக்கொள்வது அவசியம். மேலும் வீட்டைச்சுற்றி தேவையற்ற பொருட்களை சேர்த்து குப்பை கூளங்களை சேர்க்காமல் சுத்தமாக வைத்துக் கொள்வதும், கற்குவியல்கள், விறகு குவியல்கள் போன்றவற்றை தவிர்ப்பதும் பாம்புகளை தவிர்ப்பதற்கு பெரிதும் உதவும்.

இரவு நேரங்களில் வெளியே வரும்போது உரிய வெளிச்சத்தின் உதவியுடன் நடமாடினால் பாம்புகளிடம் இருந்து நம்மை பாதுகாத்துக் கொள்ளலாம். மேலும் பாம்பு கடித்துவிட்டால் அதை எந்த பாம்பு என்று தெரிந்து கொள்வது அதற்கான சிகிச்சை அளிப்பதற்கு பேருதவியாக இருக்கும். மேலும் பாம்பு கடித்தவுடன் அந்த இடத்தை வெட்டுவது, வாயினால் கடித்து விஷத்தை எடுக்க முயற்சி செய்வது போன்ற எந்த வைத்தியமும் செய்யாமல் நேரடியாக பாதிக்கப்பட்டவரை மருத்துவமனைக்கு அழைத்துச் செல்வது நலம். தற்போது ஆரம்ப சுகாதாரம் தொடங்கி அனைத்து அரசு மருத்துவமனைகளிலும் விஷமுறிவு மருந்து கிடைப்பதால், எந்த பதற்றமும் இல்லாமல், உடனடியாக நேரத்தை வீணடிக்காமல் மருத்துவமனைக்கு செல்வது சாலச் சிறந்தது.

காடுகளில் மட்டுமல்ல கடல்களிலும் பாம்புகள் உண்டு. பெரும்பான்மையான கடல் பாம்புகள் மிகவும் விஷத்தன்மை வாய்ந்தவை. மேலும் சில பாம்புகள் முட்டையிடாமல் குட்டியிடும். அவற்றில் கடல் பாம்புகளும் ஒன்று. முட்டையிட்டாலும் இட்ட பின்னர் பாம்புகள் அவற்றை கண்டு கொள்வதே இல்லை. அடைகாப்பதும் இல்லை. சில வகை பாம்புகள் குறிப்பாக, மலை பாம்புகள் அடைகாக்கும். பாம்புகள் பொதுவாக

பிறக்கும் போதே பற்களுடன் பிறப்பதால், பிறந்த சில மணி நேரங்களிலேயே வேட்டைக்கு தயார் ஆகிவிடும். ஆகவே குட்டி பாம்புகளையும் மிகவும் கவனத்துடன் அணுக வேண்டும்

பாம்புகளால் தீங்கு விளைகிறது என்றால் அவற்றை ஏன் பாதுகாக்க வேண்டும்? இயற்கையில் இயங்கும் உணவுச் சங்கிலியில் ஒவ்வொரு உயிரினத்திற்கும் முக்கியத்துவம் உண்டு. அதில் ஒரு உயிரினம் அழிக்கப்பட்டாலும், மனிதர்களும் முக்கிய அங்கம் வகிக்கும் உணவுச் சங்கிலியே நிலை குலைந்து போய்விடும். பாம்புகள் எலி, தவளை பிற உயிரினங்களின் முட்டைகள் போன்றவற்றை வேட்டையாடும் கொன்றுண்ணிகள் என்பதால், அவற்றின் எண்ணிக்கையை கட்டுக்குள் வைத்திருப்பதற்கு பாம்புகள் பெரிதும் உதவுகின்றது. விவசாயத்திற்கு பெரும் கேடு விளைவிக்கும் எலிகளை அதன் வளையிலேயே சென்று அதை வேட்டையாடி உண்ணும் ஒரே இனம் பாம்பினம் மட்டுமே. ஆகவே பாம்புகளும் விவசாயிகளின் நண்பனே. மேலும் பாம்பை உணவாக உட்கொள்ளும் மயில், பருந்து போன்ற உயிரினங்களுக்கும் பாம்புகளின் இருப்பு அவசியமாகிறது. மற்ற பாம்பினங்களை உண்ணும் ராஜ நாகம் (King cobra) போன்ற பாம்பினங்களும் இதில் அடக்கம். மேலும் பாம்பின் விஷம் மருத்துவ துறையில் பல நோய்களுக்கு மருந்தாக பயன்படுகிறது அவற்றின் முக்கியத்துவத்தை உணர்ந்து பாம்பினால் மனிதர்களுக்கு தீமை இல்லாமலும் மனிதர்களுக்கும் பாம்பினால் தீங்கு இல்லாத வாழ்க்கை முறையை வாழ்வது மிகவும் அவசியம்.

வரம் 25: ஆட்காட்டி

ஆட்காட்டி பறவைகளை குறித்து பல நாட்டுப்புற பாடல்கள் வழக்கில் உள்ளது. அவற்றில் பெரும்பான்மையாக அனைவரும் கேட்டிருக்கக்கூடிய பாடல் ஒன்று தன் மக்களை பிரிந்ததால் ஆட்காட்டியின் சோகத்தை குறித்த பாடல் ஆகும். இவ்வாறு பெரும் சோகத்தை மையமாக வைத்து பாடல் எழுதப்பட்டிருக்கிறது என்றால், அவ்வளவு சோகமானதா இந்த ஆட்காட்டிகளின் வாழ்க்கை? அவற்றைக் குறித்து தெரிந்துகொள்ள ஆட்காட்டியின் வாழ்க்கை குறித்தும், அதன் குணநலன்கள் குறித்தும் புரிந்து கொள்வது அவசியம். ஆட்காட்டிகள் தரையில் கூடு கட்டி முட்டையிடும் வகையைச் சேர்ந்த பறவையினங்கள் ஆகும். உலகில் இருபத்தைந்து ஆட்காட்டி இன பறவைகள் உள்ளதாக பதிவு செய்யப்பட்டுள்ளது. அறிஞர்களுக்கிடையே ஆட்காட்டி இன பறவைகளின் எண்ணிக்கை குறித்து பல்வேறு கருத்து வேறுபாடுகள் இருந்தாலும், இது பொதுவாக ஒத்துக் கொள்ளப்பட்ட எண்ணிக்கையாகும்.

மஞ்சள் மூக்கு ஆட்காட்டி

இந்தப் பறவை இனங்களில் பொதுவாக நமக்கு பார்க்க கிடைப்பது செம்மூக்கு ஆட்காட்டி ஆகும். அலகுகளும் கண்ணை சுற்றியுள்ள பகுதிகளும் சிவப்பு நிறத்தில் இருப்பதால் இந்த பெயர் காரணம் உண்டாயிற்று. அதற்கு அடுத்ததாக பொதுவாக காணப்படும் ஆட்காட்டி பறவைகள் மஞ்சள் மூக்கு ஆட்காட்டி ஆகும். இவை பொதுவாக புல்வெளிகள், இடைவேளைகள் மிகுதியாக உள்ள முகடுகள் போன்ற திறந்த வெளிச் சுற்றுச்சூழல்களில் காணப்படும்.

செம்மூக்கு ஆட்காட்டி

இப்பறவைகள் தரையில் முட்டையிடுவதால் இவ்வுலகில் பிறப்பதற்கு முன்பே பிழைப்புக்காக மிகவும் போராட வேண்டியிருக்கிறது. அதற்கான தகவமைப்புகளை இயற்கையே அதற்கு வழங்கியிருக்கிறது. அவற்றை பற்றி புரிந்துக் கொள்ள ஆட்காட்டி பறவைகளின் பிழைப்புக்கான போராட்டத்தையும் இயற்கை அதற்கு வழங்கிய கொடைகளையும் ஒவ்வொன்றாகப் பார்ப்போம். ஆட்காட்டி பறவைகளின் இனப்பெருக்க காலம் பொதுவாக மார்ச் மாதத்திலிருந்து மே மாதம் வரை ஆகும். இணை

சேர்வதற்கு முந்தைய காலத்தில், ஆண் பறவை தன் சிறகுகளை சிலும்பி பெரிதாக மாற்றியும், தன் அலகை மேல்நோக்கி காண்பித்தும் பெண் பறவைகளை கவர முயற்சி செய்யும். தனக்கான இணையை தேர்வு செய்த பின்னர், தனக்கான குடும்பத்தை உருவாக்கி, தரையில் கூடு கட்டும். தரையில் சற்று குழிவான இடத்தை தனக்கான கூடாக தேர்வு செய்யும். சில சமயங்களில், கூழாங்கற்களை வட்ட வடிவில் சேமித்து வைத்து கூடு அமைக்கும். மூன்றிலிருந்து நான்கு முட்டைகள் இடும். அந்த முட்டைகளின் சிறப்பு என்னவென்றால் அந்த கூடு கட்டப்பட்டிருக்கும் மண்ணின் நிறத்திற்கு ஏற்றாற் போல் முட்டையும் உருமாறிக் கொள்ளும். உதாரணமாக ஒரு ஆட்காட்டி குடும்பம் செம்மண் தரையை தேர்ந்தெடுத்து கூடு கட்டினால், அதில் இடும் முட்டைகள் சிறிது செம்மையான நிறத்திலேயே காணப்படும். இதனால் தரையில் இருக்கும் முட்டைகளை எளிதில் பிரித்தறிந்து பார்க்க இயலாது. பார்ப்பதற்கு கூழாங்கல்லை போலவே காட்சியளிக்கும். மேலும் முட்டைகளின் ஓட்டுப் பகுதியில் சற்று கருமையான நிறத்தில் ஒழுங்கில்லாத கரும்புள்ளிகள் காட்சியளிப்பதால், திடீரென்று பார்ப்பவர்களுக்கு கூழாங்கற்களைப் போல் காட்சி அளிக்கும்.

ஆண் பறவையும் பெண் பறவையும் மாறிமாறி முட்டைகளை அடைகாக்கும். சில இடங்களில் ஆண் பறவைகள் பகலின் மிகவும் கடுமையான வெப்பத்தை கொண்ட மதிய வேளைகளில் பெண் பறவைகளுக்கு அடை காக்கும் பொறுப்பில் இருந்து ஓய்வு கொடுத்து, ஆண் பறவை அந்தப் பொறுப்பை எடுத்துக் கொண்டுள்ளதாக பதிவு செய்யப்பட்டுள்ளது. மேலும் இப்பறவைகள் நீர் நிலைகளுக்கு சென்று வயிற்றுப் புறம் உள்ள இறக்கைகளை நனைத்து முட்டைகளையும் குஞ்சுகளையும் குளிர்விக்கும். குஞ்சுகளுக்கு அந்த நீரை ஊட்டி விடும்.

நிதர்சனத்தில் ஆட்காட்டி பறவைகளின் வாழ்க்கை இவ்வளவு சந்தோஷமாகவும் நிம்மதியாகவும் செல்லாது. பிறக்கும் முன்பு முட்டை பருவத்தில் இருக்கும் போதிலிருந்து குஞ்சுகளாகி பின்னர் தன்னிச்சையாக தன் வாழ்க்கையை நடத்தும் தகுதி பெறும் வரை பல சவால்களை எதிர்கொள்ள வேண்டியிருக்கிறது. முட்டை பருவத்தில் இருக்கும்போது குஞ்சுகளைப் பாதுகாக்க ஆட்காட்டி பறவைகள் உருமறைப்பு செய்யும் என்பதை பார்த்தோம். அதையும் மீறி சில கொன்றுண்ணி விலங்கினங்கள் முட்டைகளை வேட்டையாடி அவை இந்த உலகத்திற்கு வருவதற்கான கனவை சிதைத்துவிடும். அது தவிர பல நேரங்களில் இப்பறவைகளுக்கு தீங்கு விளைவிக்காத விலங்குகள் கூட, ஏன் மனிதர்களும் கூட அதை மிதித்து உடைத்து விட வாய்ப்புகள் அதிகம். அத்தகைய நேரங்களில் ஆட்காட்டி பறவையின் கையில் இருக்கும் வழி ஒன்றே ஒன்றுதான். தன்னுடைய குரலை உச்சஸ்தாயில் வெளிப்படுத்தும். அதை சத்தம் என்று கூறுவதைவிட ஓலம் அல்லது அலறல் என்றே கூறலாம். கிரீச்சென்ற அந்த ஓலத்தை பார்க்கும் போது முட்டைகளை மிதித்து விடாதீர்கள் என்று அழுது புலம்புவது போல் இருக்கும். பெற்றோர் பறவைகளின் அலறல் எந்த அளவிற்கு இருக்கும் என்றால், அது முட்டையிட்டு இருக்கும் பகுதியில் யாராவது வர நேர்ந்தால் அவர்கள் அந்த இடத்தை நெருங்க விடாமல் அது சத்தமிட்டு, வந்தவர் அது மிருகமாய் இருந்தாலும் சரி, மனிதனாக இருந்தாலும் சரி ஏதோ இந்தப் பக்கத்தில் பிரச்சனை இருக்கிறது என்று எண்ணி பயந்து வேறு பக்கத்திற்கு சென்று விடுவார்கள். இந்த சத்தத்திற்கு பெரிய மிருகங்கள் கூட பயந்துதான் ஆக வேண்டும். அந்த பாதையில் வந்தவர்கள் அந்த வழியை கைவிட்டு வேறு திசைக்கு செல்லும்வரை அதனுடைய ஓலத்தை நிறுத்தாது. இதில் இன்னும் ஒரு சிறப்பு என்னவென்றால், செம்மூக்கு ஆட்காட்டிகள் எழுப்பும் ஒலி சிலசமயங்களில் கேட்பதற்கு 'டிட் யூ டூ இட்' (Did you do it) என்பது போல்

இருக்கும். ஆகவே இதற்கு டிட் பூ டூ இட் பறவை என்ற பெயரும் உண்டு. சில சமயங்களில் முட்டைகளின் அருகில் வருபவர்களை திசை திருப்புவதற்காக காயம் பட்டது போல் நடித்து கூக்குரலிடும். இவ்வாறு தனது முட்டையை பாதுகாக்க அரும்பாடு படும். வேளாண் நிலங்களில் இவை கூடுகட்டி முட்டைகள் இடும் போது எதிர்பாராதவிதமாக அங்கு விவசாய பணிகள் தொடங்கினால், முட்டைகள் ஒவ்வொன்றாக பெற்றோர் பறவைகளால் வேறு இடத்திற்கு மாற்றப்படுவதும் பல இடங்களில் பதிவு செய்யப்பட்டுள்ளது.

ஆட்காட்டி முட்டைகள்

முட்டை குஞ்சு பொரித்த பின்னரும், அதற்கான சவால்கள் முடிந்து போவதில்லை. குஞ்சுகள் பிறந்தவுடன், அதனால் தன்னிச்சையாக செயல்பட முடியாது. இரை தேடுதல், நீர் அருந்துதல் அனைத்தும் பெற்றோர்களின் மேற்பார்வையிலேயே நடைபெறும். குஞ்சுகள் பிறந்து முதல் வாரத்தில் வலிமை மிகவும் குறைவாக இருப்பதால், பல ஆபத்துகளுக்கு உட்படும். அச்சமயங்களில் பருந்து போன்ற கொன்றுண்ணிப் பறவைகள் அப்பகுதியில்

கண்டால் உடனே பெற்றோர் பறவைகள் ஒலி எழுப்பி குஞ்சுகளை எச்சரிக்கை படுத்தும். குஞ்சுகள் அப்படியே இருந்த இடத்திலேயே அசையாமல் இருந்துவிடும். அவ்வாறு அசையாமல் இருந்தால் தூரத்திலிருந்து பார்க்கும் கொன்றுண்ணிப் பறவையின் கண்ணில் இருந்து தப்பிவிடலாம். ஆனால் சில சமயங்களில் குஞ்சுகள் அந்த எச்சரிக்கை ஒலியை புரிந்து கிரகித்துக் கொள்ளாமல், தன்போக்கில் அங்கும் இங்கும் ஓடிக் கொண்டிருக்கும். இச்சமயங்களில் பெற்றோர் பறவைகளில் ஒன்று எழுந்து அந்த கொன்றுண்ணிப் பறவையின் அருகினில் சென்று வேகமாக பாய்ந்து பறக்கும். அதை சண்டைக்கு இழுப்பது போலவும், அதை தாக்குவதற்கு வருவது போலவும், அதன் முன்னால் அங்கும் இங்கும் மிகுந்த வேகத்துடன் பறக்கும். பொதுவாக மெதுவான வேகத்திலேயே சிறகுகசைவுகளுடன் பறக்கும் பறவையான ஆட்காட்டி, இதுபோன்ற ஆபத்து காலங்களில் மட்டும் மிகுந்த வேகத்துடன் பறக்கும். தன்னால் பருந்து போன்ற ஒரு கொன்றுண்ணிப் பறவையுடன் சண்டையிட்டு ஜெயிக்க முடியாது என்று தெரிந்தும் தன் குஞ்சுகளை காப்பாற்றுவதற்காகவும் பருந்தின் கவனத்தை தன் குஞ்சுகளிடமிருந்து திசை திருப்புவதற்காகவும் இவ்வாறு செய்யும். இவ்வாறு தன்னையே பணயமாக வைத்து தன் குஞ்சுகளை ஆட்காட்டி பறவைகள் பாதுகாக்கும். பொதுவாக ஆண் பறவைகள் இந்த தியாகத்தை செய்வதாக பல இடங்களில் பதிவு செய்யப்பட்டுள்ளது.

இந்த ஆட்காட்டி பறவைகளினால் மனிதர்களாகிய நமக்கும் பல பயன்கள் உள்ளது. முதலில் அது கூடு கட்டி முட்டையிடும் பகுதியில் வேடர்களோ காட்டு உயிரினங்களுக்கு தீங்கு விளைவிப்பவர்களோ யாரேனும் வந்தால், உடனடியாக தன் அலறல் சத்தத்தால் அப்பகுதியில் உள்ள அனைத்து உயிரினங்களையும் எச்சரிக்கை செய்து விடும். பெயருக்கு ஏற்றாற்போல் அங்கு வரும் ஆளை காட்டிக் கொடுத்துவிடும். ஆகவே அப்பகுதியில் உள்ள சமுதாயத்தை காக்கும் மிகப்

பெரும் பணியை செய்வதால் அந்த சுற்றுச்சூழலையும் ஆள்காட்டி பறவைகள் பாதுகாக்கின்றன. மேலும் பொதுவாக இவை நீர் நிலைகளான குளங்கள் ஏரிகள் ஆகியவற்றின் கரைகளில் கூடு கட்டி முட்டை இடுவதால் நீர்நிலைகளைப் பாதுகாக்கும் காவலர்களுக்கும் பேருதவியாக இருக்கிறது. யாராவது அந்த பக்கத்தில் வந்தால் உடனடியாக சத்தம் எழுப்பி அவர்கள் அதை எதிர்கொள்ள தயார் நிலையில் இருக்கும்படி செய்துவிடும். மேலும் இவற்றின் கூடு கட்டும் முறையை வைத்து மழையின் அளவை கணக்கிடும் வழக்கம் நம் நாட்டில் பல இடங்களில் நிலவிவருகிறது. இவை உயர்ந்த தரையை தேர்வு செய்து கூடு அமைத்தால் அந்த வருடம் பருவமழை மிகவும் அதிகமான அளவில் இருக்கும் என்ற நம்பிக்கை நிலவி வருகிறது. அவ்வாறு இல்லாமல் தாழ்ந்த பகுதிகளில் கூடு அமைத்தால் மழையின் அளவு சராசரியாக இருக்கும் என்று கணிக்கிறார்கள். இவ்வாறு விவசாயத்தை சார்ந்த மக்களுக்கு மழையின் அளவை முன்கூட்டியே கணித்து அதற்கு ஏற்றார் போல் அவர்களின் வாழ்க்கையை அமைத்துக்கொள்ள ஆட்காட்டி பறவைகள் பேருதவியாய் இருக்கின்றது. மேலும் இவற்றின் உணவாகிய பூச்சிகள், நத்தைகள், சிறு நீர் வாழ் உயிரினங்கள், வண்டுகள், கரையான்கள் போன்றவற்றின் எண்ணிக்கையை கட்டுக்குள் வைப்பதிலும் பெரும் பங்கு வகிக்கிறது. அந்த உணவு சங்கிலியில் முக்கிய அங்கமாக திகழ்கிறது. அடுத்த முறை ஒரு ஆட்காட்டி பறவையின் ஓலத்தை கேட்க நேர்ந்தால் அதை ஏதோ கத்தல் என்று நிராகரிக்காமல், பெற்ற பிள்ளைகளின் உயிரை காப்பாற்ற போராடும் பெற்றோர்களின் ஓலமாகவே பார்ப்போம்.

வரம் 26: கடல் ஆமை

உலகம் என்றாலே நமக்கு தோன்றுவது ஒரு தொடர்ச்சியற்ற துண்டுகளாக அமைந்திருக்கிற நிலப்பரப்புகளேயாகும். ஆனால் இவை பூமியில் வெறும் 28 சதவிகிதத்தை மட்டுமே ஆக்கிரமித்திருக்கின்றன. பூமியின் பெரும்பகுதியை ஆக்கிரமித்திருப்பது ஒரு கம்பளி போர்த்தியது போல தொடர்ச்சியாக அமைந்திருக்கும் பெருங்கடல்களே. இந்த பூமியின் சுமார் 50 சதவிகித பல்லுயிரினப் பெருக்கம் கடல்களில் தான் காணப்படுகிறது. பெரிய திமிங்கலங்களிலிருந்து நுண்ணுயிரிகள் வரை கடலில் வாழ்ந்து வருகின்றது. இன்னும் கண்டறியப்படாத பல லட்சக்கணக்கான உயிரினங்களும் வாழ்கின்றன. கடல்களில் எங்கேயோ தனிமையில் வாழும் கடல் ஆமையின் இருப்பு இந்த உலகத்தின் சமநிலையிலும் ஆரோக்கியத்தை பேணுவதிலும் முக்கிய பங்காற்றுகிறது. இவ்வாறு ஆழ் கடலில் வாழ்ந்து வரும் உயிரினமான ஆமைகளின் வாழ்க்கை நிலத்திலேயே தொடங்குகின்றது. ஆம்... ஊர்வன இனத்தை சேர்ந்த கடல் ஆமைகள் நிலத்திலேயே பிறக்கின்றன. இந்த பூவுலகத்தை பார்க்கின்றன. பின்னர் கடலே கதி என்று கடலுக்குள் சரணாகதி அடைகின்றன. இந்த கடல் ஆமைகள் மனிதர்களால் எண்ணிக் கூட பார்க்க முடியாத அளவுக்கு சக்திகளும் ஆச்சரியங்களும் கொண்டிருக்கின்றன.

இவ்வுலகில் சுமார் 225 வகையான கடல் ஆமை இனங்கள் பதிவு செய்யப்பட்டுள்ளது. அவற்றில் அழுங்காமை (Hawksbill Turtle), கெம்பின் சிற்றாமை (Kemp's Ridley Turtle), பெருந்தலைக் கடல் ஆமை (Loggerhead

Turtle), தோணியாமை (Green Sea Turtle), தட்டைக் கடலாமை (Flat back Turtle), ஒலிவ நிற சிற்றாமை (Olive Ridley Turtle), பேராமை (Leather back Turtle) என்ற ஏழு ஆமை இனங்கள் உலகெங்கிலும் உள்ள கடல்களில் பொதுவாகக் காணப்படுகின்றது. இந்த ஆமைகளின் மேலோட்டின் வடிவத்தினை கொண்டே இந்த இனங்கள் பிரித்தறியப்படுகின்றது.

ஆமைகளின் முட்டைகள்

ஆமைகளின் அதிசயங்களில் முதன்மையானது கடற்கரைக்கு முட்டை இடுவதற்காக கடற்கரை நோக்கி கூட்டம் கூட்டமாக வருவது. ஆம்... பொதுவாக தனிமை விரும்பிகளான கடலாமைகள் பல கடற்கரைகளில்

கூட்டம்கூட்டமாக வந்து முட்டையிடும். அவை கூட்டமாக வந்தாலும் அவற்றிற்குள் எந்தத் தொடர்போ உறவாடலோ இருந்ததாக தெரியவில்லை. இவ்வாறு ஆமைகள் தான் முட்டையிட்ட கடற்கரையிலேயே மீண்டும் மீண்டும் ஒவ்வொரு இனப்பெருக்க காலத்திலும் வந்து முட்டையிடும். அது மட்டுமன்றி அந்த முட்டையில் இருந்து குஞ்சு ஆகி மீண்டும் பெரிய ஆமையாகும் ஆமைகளும், அதே கடற்கரைக்கு வந்து முட்டையிடும். இத்தகைய நிகழ்வை 'அறிபாடா' (Arribada) என்று குறிப்பிடுவதுண்டு. எவ்வாறு ஆழ்கடலில் இருந்து நீண்ட தூரத்தை கடந்து சரியாக அதே கடற்கரைக்கு மீண்டும் மீண்டும் வருகிறது என்பது மனித அறிவால் புரிந்து கொள்ள முடியாத ஆச்சரியமே. இது குறித்து பல்வேறு கருத்துக்கள் அறிவியல் வட்டாரங்களில் நிலவி வந்தாலும், பொதுவாக ஒத்துக் கொள்ளப்பட்ட கருத்து ஆமைகளால் பூமியின் காந்தப்புலத்தை உணர்ந்து, அதற்கேற்றவாறு சரியான திசையை கணித்து தனது தாய்விடான கடற்கரைக்கு சரியாக வந்தடைய முடியும் என்பதே ஆகும். ஆமைகளால் ஒரு சமயத்தில் 150க்கும் அதிகமான முட்டைகளை இட முடியும். சராசரியாக 80 லிருந்து 120 முட்டைகள் பொதுவாக காணப்படும். முட்டையிடுவதற்கு வெளியே வரும் ஆமைகள் சிறிது தூரம் கடற்கரையில் பயணித்து தனது கால்களின் உதவியால், சுமார் அரை மீட்டர் ஆழத்திற்கு குழிதோண்டி, அதன் உள்ளே முட்டையிடும். பின்னர் மீண்டும் கால்களின் உதவியால் அந்த குழியை மூடிவிட்டு கொன்றுண்ணிகள் எதுவும் முட்டைகளை தாக்காத வண்ணம், குழியை மீண்டும் மண்ணினால் மூடிவிட்டு திரும்பவும் கடலுக்குள் வந்து சேரும். முட்டையிடுதலோடு சரி, அதன் பின்னர் ஆமை குஞ்சுகளுக்கும் தாய் ஆமைக்கும் எந்த ஒட்டும் உறவும் இருந்ததாக இதுவரை பதிவுசெய்யப்படவில்லை. இவ்வாறு தனது குடும்பத்தை பராமரிக்கும் எந்த பதற்றமோ இறுக்கமோ இல்லாததனால் தான் என்னவோ ஆமைகள் நீண்ட காலம் வாழ்கிறது. சுமார் 150 வருடம் வரை வாழும் ஆமைகள் பல இடங்களில்

பதிவு செய்யப்பட்டுள்ளது. இதற்கு காரணம் அதன் சீரான இதயத் துடிப்பு என்றும் அறிவியலாளர்கள் கூறுகிறார்கள். முட்டையிட்டு அதை பாதுகாப்பாக மூடி வைத்துவிட்டு தாய் ஆமைகள் திரும்பியதும் அந்த முட்டைகள் சுமார் 60 நாட்கள் அடையில் இருக்கும். அந்த இடத்தின் தட்ப வெப்பத்தை பொறுத்து இந்த நாட்களின் எண்ணிக்கை மாறுபடலாம். பின்னர் அவை அனைத்தும் ஒரே சமயத்தில் குஞ்சு பொரித்து, தாங்களாகவே முட்டையை உடைத்துக்கொண்டு, மூடி இருக்கும் மண்ணை தூர எறிந்துவிட்டு வெளியே வரவேண்டும். ஒரு ஆமையின் வாழ்வுக்கான போராட்டம் தனிமையிலேயே நடைபெறுகிறது. முட்டையிலிருந்து வெளியே வந்தவுடன் கடலை நோக்கிய பயணம் தொடங்குகிறது. ஆண் ஆமைகளைப் பொருத்தவரை, அதுவே முதலும் கடைசியுமான நிலப் பயணம். பெண் ஆமைகள் சில வருடங்களுக்கு பிறகு, ஒவ்வொரு இனப்பெருக்க காலத்திலும் இந்த பயணத்தை முட்டை இடுவதற்காக தொடரும். பிறந்தவுடன் கடல் சில மீட்டர் தூரமே அமைந்திருந்தாலும் ஆமைகளை பொருத்தவரை அது மிகவும் ஆபத்தான பயணம். கடலை நோக்கி நகரும் போது, பருந்து, காகம், நரி போன்ற கொன்றுண்ணிகளின் கண்ணில் பட்டால் அவ்வளவுதான்!! அத்தனை நாள் அரும்பாடுபட்டு கூட்டுக்குள் இருந்து வெளிவந்ததன் பயன் அனைத்தும் ஒரே நொடியில் இல்லாமல் போய்விடும். அதுவும் தவிர கடற்கரை நண்டுகளும் ஆமைக் குஞ்சுகளை அப்படியே பிடித்து உண்பதில் மிகவும் திறமை வாய்ந்தது. ஆகவே ஆமைகள் கொத்து கொத்தாக முட்டைகள் இட்டாலும் ஒரு சதவிகிதத்துக்கும் குறைவான ஆமைக் குஞ்சுகளே இறுதியில் ஆமைகளாக உருவெடுக்கும். அதாவது சராசரியாக ஆமைகள் இடும் ஆயிரம் முட்டைகளில் ஒரே ஒரு ஆமை குஞ்சு மட்டுமே பிழைத்து ஆமை ஆகும். கடலுக்குள் சென்ற பின்பும் சுறாக்கள், பெரிய மீன்கள் போன்றவற்றிலிருந்து பல ஆபத்துகளை ஆமைகள் எதிர்கொள்ள வேண்டியிருக்கிறது. ஆமைகளுக்கு இவ்வளவு ஆபத்துகள் சூழ்ந்து இருப்பதால்

தான் உலகெங்கும் வன உயிரினங்களை பாதுகாக்கும் பாதுகாவலர்களிடம் ஆமைகளின் முட்டைகளை சேகரம் செய்து, அவை குஞ்சு பொரித்தவுடன் அவற்றை பாதுகாப்பாக கடலுக்குள் விடும் வழக்கம் நிலவி வருகிறது.

ஆமைகளை குறித்த மற்றுமொரு அதிசயம் அவற்றின் பாலினம் மரபணுக்களால் முடிவு செய்யப்படுவதில்லை. மாறாக, அவை முட்டைகளாக இருக்கும்போது உள்ள கூட்டின் தட்பவெட்ப நிலையை பொறுத்தே முடிவு செய்யப்படுகிறது. அப்பகுதியில் சுமார் 31 டிகிரி செல்சியஸ் வெப்பநிலை நிலவினால், பிறக்கும் பெரும்பான்மையாக ஆமைகள் பெண்ணாக இருக்கும். 28 டிகிரி செல்சியசுக்கு குறைவாக காணப்பட்டால், பிறக்கும் பெரும்பான்மையாக ஆமைகள் ஆணாக இருக்கும். தற்போது நிலவி வரும் பருவ நிலை மாற்றத்தின் காரணமாக தட்பவெட்பநிலை மாறுபடுவதால் ஆமைகளின் ஆண் பெண் சதவிகிதம் பெருமளவு பாதிக்கப்படுகிறது. இவ்வாறு தனது வாழ்க்கைக்கான பல சவால்களை சந்தித்து வரும் ஆமைகள் சுற்றுச்சூழலுக்கு முக்கிய பங்காற்றுகிறது.

ஆமைகள் பல்லுயிர் ஆதார உயிரினமாக (Keystone species) பார்க்கப்படுகிறது. அதாவது ஆமைகள் அழிக்கப்பட்டாலோ, எண்ணிக்கையில் மிகவும் குறைந்தாலோ அந்த சூழல் மண்டலமே நிலைகுலைந்து போவதற்கான வாய்ப்புகள் அதிகம். ஆமைகள் இருந்தால்தான் கடல் சூழல் மண்டலம் ஆரோக்கியமாக விளங்க முடியும். இவற்றின் சுற்றுச்சூழல் சேவைகளை எண்ணில் அடக்க முடியாதது. உதாரணமாக, பேராமைகள் ஜெல்லி மீன்களை பெருமளவில் உண்பதால், அவற்றின் எண்ணிக்கையை கட்டுக்குள் வைக்கிறது. ஜெல்லி மீன்களின் எண்ணிக்கை அதிகரித்தால், அவற்றின் உணவாகிய மீன் குஞ்சுகள் அதிக அளவில் உண்ணப்படும். மனிதர்களின் உணவு பாதுகாப்பு பாதிக்கப்படும். அதேபோல் தோணியாமைகள் கடற்புற்களை உண்டு அவற்றின் வளர்ச்சியைத் தூண்டுவதோடு, அவற்றை பிற உயிரினங்கள் வாழ்வதற்கு ஏற்ற களமாக மாற்றுகிறது. மேலும், அழுங்காமை பவளப் பாறைகளில் உள்ள கடற்பஞ்சுகளை உண்டு, அவற்றின் வளர்ச்சியை சீராக வைத்துக் கொண்டு, அவற்றில் வாழும் பல உயிரினங்கள் வாழ்வதற்கு ஏற்ற களத்தை ஏற்படுத்தி தருகிறது. இவ்வாறு பல உயிரினங்களுக்கு வாழ்வதற்கு ஏற்ற களத்தை ஏற்படுத்தி தருவதால் ஆமைகளை சுற்றுச்சூழல் பொறியாளர்கள் (Ecosystem Engineers) என்றும் குறிப்பிடுகிறோம்.

வாழ்வில் ஏற்கனவே பல சவால்களை சந்தித்து வரும் ஆமைகளுக்கு மனிதர்களும் பல்வேறு வகையான அச்சுறுத்தல்களை ஏற்படுத்தி வருகிறோம். இறைச்சிக்காக பிடித்தல், முட்டைகளை உணவுக்காக அப்புறப்படுத்துதல், ஓட்டுக்காக கொல்லப்படுதல், மீனவர்களால் தவறுதலாக பிடிக்கப்படுதல், தவறான மனித செயல்பாடுகளால் கடல் மற்றும் கடற்கரையின் சூழல் பல்வேறு வழிகளில் மாசடைவதால் அதன் வாழ்விடங்கள் அழிக்கப்படுதல் போன்ற காரணங்களால் ஆமை இனங்கள் அழிந்து வருகின்றன. அதுமட்டுமின்றி ஒரு முறை மட்டுமே பயன்படுத்தப்படும் நெகிழிப் பைகள் கடலுக்குள் சென்று

சேரும் போது, அவை பார்ப்பதற்கு ஜெல்லி மீன்கள் போல தோற்றமளிப்பதால் அவற்றை உண்பதாலும் பெருமளவில் ஆமைகள் இறக்க நேரிடுகிறது.

கடல் ஆமைகள் வன உயிரின பாதுகாப்பு சட்டம் 1972ன் படி பாதுகாக்கப்பட்ட உயிரினங்கள். அவற்றை வேட்டையாடுதல், துன்புறுத்துதல் தண்டனைக்குரிய குற்றமாகும். எங்கோ கண்ணுக்கு தெரியாத கடல்களில் தனிமையில் வாழும் ஆமைகள் நமது சுற்றுச்சூழலுக்கும் உணவு பாதுகாப்புக்கும் இவ்வளவு நன்மைகளை செய்யும் போது நாம் அவற்றிற்காக குறைந்தபட்சம் ஒரு முறை மட்டுமே பயன்படுத்தும் நெகிழிகளை பயன்படுத்துவையாவது தவிர்ப்போம்

வரம் 27: அந்துப்பூச்சி

செதிலிறகிகள் (Lepidoptera) என்று வகைப்படுத்தப்பட்ட வரிசையில் பட்டாம்பூச்சிகளும் அந்துப் பூச்சிகளும் அடக்கம். இந்த வரிசையில் சுமார் 180000 பூச்சியினங்கள் பதிவு செய்யப்பட்டுள்ளது. அவற்றில் சுமார் 90 சதவீதம் அந்துப்பூச்சி இனங்களே ஆகும். மனிதர்கள் எப்போதும் புற அழகிற்கு முக்கியத்துவம் கொடுப்பவர்கள் என்பதனால் என்னவோ இந்த வரிசையில் மிக அழகிய வண்ணங்களைக் கொண்ட வண்ணத்துப்பூச்சிகளின் மீது நடத்தப்பட்ட ஆய்வுகளிலும் கணக்கெடுப்புகளிலும் சொற்பம் கூட அந்துப் பூச்சிகளின் மீது நடைபெறவில்லை.

பட்டாம்பூச்சிகளும் அந்துப் பூச்சிகளும் மிக நெருங்கிய உறவு கொண்ட உயிரினங்கள் என்றாலும், இவ்விரண்டிற்கும் பல்வேறு வித்தியாசங்களும் உள்ளது.

வண்ணத்துப்பூச்சிகள் பொதுவாக பகல் நேரங்களில் காணப்படும். அந்துப் பூச்சிகள் இரவு நேரங்களில் பொதுவாக காணப்படும். பட்டாம்பூச்சிகள் மிகவும் அழகிய வண்ணங்கள் கொண்டவை. அந்துப்பூச்சிகள் மந்தமான வண்ணங்கள் கொண்டவை. பட்டாம்பூச்சிகள் ஓய்வெடுக்கும் போது இறக்கைகளை பின்புறமாக மடித்து வைத்திருக்கும்; அந்துப் பூச்சிகள் பின்புறமாக விரித்து வைத்திருக்கும். பட்டாம்பூச்சிகளின் உணர்வு கொம்புகளின் நுனிப்பகுதி சில சமயங்களில் தடித்தும், ஒரு சில பட்டாம்பூச்சி இனங்களில் கொக்கி போல வளைந்தும் காணப்படும். அந்துப் பூச்சிகளின் உணர்வு கொம்புகள் இறக்கை போலவும், பின்னால் வளைந்தும் பல்வேறு வடிவங்களில் காணப்படும். பட்டாம்பூச்சிகளின் கம்பளிப் புழுக்கள் வழுவழுப்பாக குறைந்த உரோமங்களுடன் காணப்படும். அந்துப் பூச்சிகளின் கம்பளிப் புழுக்கள் அதிக அளவிலான உரோமங்களுடன் காணப்படும். இவையெல்லாம் பொதுவான விதிகளே ஒழிய, இவற்றிற்கு விதிவிலக்குகளும் உண்டு. உதாரணமாக, அந்துப் பூச்சிகள் பொதுவாக அழகற்றவையாக கருதப்பட்டாலும், மடகஸ்கன் *சன்செட் மாத்* (Madagascan Sunset moth *Chrysirdia rhipheus*) எனப்படும் அந்துப்பூச்சி இனமே உலகின் மிக அழகிய பூச்சி என பல்வேறு தருணங்களில் முடிசூட பெற்றுள்ளது.

வண்ணத்துப் பூச்சிகளுக்கும் அந்துப் பூச்சிகளுக்கும் நிறைய ஒற்றுமைகளும் உண்டு. உதாரணமாக இவ்விரு பூச்சிகளின் வாழ்க்கை சுழற்சி முறை முழுமையடைந்த மாற்றங்களைக் (Complete Metamorphosis) கொண்டது. அதாவது, முட்டை, புழு/ கம்பளிப்பூச்சி, கூட்டுப்புழு, முதிர்ந்த பூச்சி என்று நான்கு முழுமையடைந்த நிலைகளை கொண்டது. ஆனால் இதில் சிறுசிறு வித்தியாசங்களும் உண்டு. உதாரணமாக, அந்துப் பூச்சிகளின் கூட்டுப்புழு பட்டு நூலினால் ஆன ஒரு கூட்டினால் (Cocoon) மூடப்பட்டிருக்கும். கூட்டுப்புழு பருவத்தில் இருந்து முதிர்ந்த பூச்சியாக வெளிவரும் போது அதை அந்துப் பூச்சி தன் உமிழ்நீரின் உதவிகொண்டு அதை கிழித்துக்கொண்டு வெளியே வரும். இது தன்னைத்தானே எதிரிகளிடமிருந்து தற்காத்துக் கொள்வதற்காகவேயாகும். இதைத் தவிர அந்துப் பூச்சிகளிடம் தன்னைத்தானே தற்காத்துக் கொள்ள பல வித்தைகள் உள்ளது. உதாரணமாக, சில அந்துப் பூச்சியினங்கள் முட்டையிட்டவுடனே அவற்றை தன் வயிற்றுப் பகுதியில் உள்ள உரோமங்களை பிய்த்து அதன் உதவிகொண்டு மூடி வைத்து விடும். அசோடா (Asota) எனப்படும் அந்துப்பூச்சி இனம் தாவரங்களில் உள்ள நஞ்சை உண்டு, அந்த நச்சுத்தன்மையை உடம்பில் சேகரித்து வைத்துக் கொள்வதால், கொன்றுண்ணிகளிடமிருந்து தப்பித்து விடும். மேலும் டைகர் மாத் (Tiger Moth) எனப்படும் அந்துப் பூச்சி இனம், பிடித்தவுடன் இறந்தது போல் நடிக்கும். மேலும் மங்கி மாத் (Monkey Moth) எனப்படும் அந்துப் பூச்சி இனம், நாம் மிகவும் சாதாரணமாக காணும் முருங்கை மரங்களில் வாழும். அந்தக் கம்பளிப் பூச்சிகள் மிகவும் அரிக்கும் தன்மை கொண்டவை. மேலும் பல அந்துப் பூச்சியினங்கள் பொதுவாக இரவிலே உலவுவதால், இரவில் மிகவும் சுறுசுறுப்புடன் செயல்படும் வவ்வால், ஆந்தை போன்ற கொன்றுண்ணிகளிடம் அகப்படுவதற்கான வாய்ப்புகளே அதிகம். அந்துப் பூச்சியினங்கள், வவ்வால்களின் இருப்பு ஏற்படுத்தும் எதிரொலிப்பு கொண்டு தன்னுடைய உணவை வேட்டையாடும் உத்தியை நன்கு அறிந்து,

அது வேறு வகையான எதிரொலிப்பை உருவாக்கி வவ்வாலை குழப்பி விடும் தந்திரத்தை கொண்டவை. மேலும் பல அந்துப் பூச்சியினங்கள் இலையை சுருட்டி அதன் உள்ளே அமர்ந்து உணவு உண்ணுதல், குச்சிகளின் நடுவே உருமறைப்பு செய்து கொள்ளுதல் போன்ற பல வித்தைகளை கொண்டு தன்னைத் தானே பாதுகாத்துக் கொள்கிறது.

அந்துப் பூச்சிகளை மனிதர்கள் புறக்கணிப்பதற்கு மற்றுமொரு காரணம், அதன் கம்பளிப்பூச்சி பருவம் விவசாய பயிர்களுக்கு பெரும் சேதங்களை விளைவிப்பதே ஆகும். அதற்கு அந்துப்பூச்சிகள் மட்டுமே காரணம் அல்ல. இயற்கையை கணக்கில் எடுத்துக்கொள்ளாத இரசாயன விவசாயமே முக்கிய காரணம். ஆனால் அதே சமயத்தில் பெரும் ஆடம்பரமாக கருதப்பட்டு பலராலும் விரும்பப்படும் பட்டுநூல் பாம்பிக்ஸ் மோரி (Bombyx mori) என்ற அந்துப்பூச்சியின் கம்பளிப்பூச்சி பருவத்திலிருந்து கிடைக்கப் பெறுவதே ஆகும். அதுமட்டுமின்றி மல்பரி(Mulberry) செடிகளில் வளர்க்கப்படும் மிக விலை உயர்ந்த பட்டு நூலை தயாரிக்கும் பட்டுப்பூச்சிகள் மட்டுமல்லாது, முகா (Muga),

டசார் (Tassar), எரி (Eri) போன்ற பட்டு நூல்களையும் தயாரிப்பதும் அந்துப் பூச்சி இனங்களே ஆகும். ஆகவே அந்துப் பூச்சிகள் நேரடியாக பொருளாதாரத்தில் பெரும் பங்கு வகிக்கிறது. அதுமட்டுமின்றி, இவை பெருமளவில் தாவரங்களை உண்டு தீர்ப்பதால், காடுகளில் தாவரங்களின் எண்ணிக்கையை கட்டுக்குள் வைப்பதில் பெரும் பங்கு வகிக்கிறது. ஆனால் இவற்றின் உணவு தாவரங்களோடு மட்டும் முடிந்து போவது அல்ல.

இலை தழைகள், காய், பழம், பூச்சிகள், பாசி, துணிகள், சிலந்தி, கைவிடப்பட்ட சிலந்தி வலை என்று அந்துப் பூச்சிகளின் கம்பளிப்பூச்சி பருவத்திற்கான உணவின் மெனு நீண்டு கொண்டே போகிறது. தாவரங்களிலிருந்து தேன், அழுகிய தாவரங்கள், தேன்கூடு, விலங்குகளின் கழிவுகள், விலங்குகளின் கண்ணீர் மற்றும் ரத்தம், பழுத்த பழங்கள், மண்ணிலிருந்து தாதுப் பொருட்களை உறிஞ்சுதல் போன்றவை முதிர்ந்த அந்துப் பூச்சிகளின் உணவாகும். ஆகவே அந்துப் பூச்சிகள் உணவு சங்கிலியில் ஒரு முக்கிய பங்கை வகிக்கிறது. இரவில் உலவும் பல உயிரினங்களுக்கு உணவாகவும் விளங்குகிறது. அதுமட்டுமின்றி இரவில் பூக்கும் பூக்களின் மகரந்தச் சேர்க்கையில் அந்துப்பூச்சிகள் முக்கிய பங்கு வகிக்கின்றது.

பொதுவாக நல்ல கும்மிருட்டாக இருக்கும் இடங்களிலும், அமாவாசை நாட்களிலும், பருவமழை தொடங்கும் காலங்களிலும் அந்துப் பூச்சிகளை காணலாம். அவ்வாறு இருள் என்பது அந்துப்பூச்சிகள் வாழ்விற்கு மிகப்பெரிய தேவையாகும். ஒளி மாசுபாடு காரணமாக, அதாவது தேவையில்லாமல் அதிக சக்தி கொண்ட ஒளியை நாம் பல இடங்களில் பயன்படுத்துவதால் அந்துப் பூச்சிகள் பெரும் அழிவை சந்தித்து வருகின்றன. அந்துப்பூச்சிகள் விளக்கின் ஒளிக்கு ஈர்க்கப்படுகிறது. அதற்கு காரணம் அவை நிலவு மற்றும் நட்சத்திரங்களின் உதவிகொண்டு திசையை கணிப்பதால் வெளிச்சமான பொருட்கள் மீது அதற்கான ஈர்ப்பு, அதன்

மூளையிலேயே பதிவு செய்யப்பட்டுள்ளது. அவ்வாறு அதிக ஒளியை வெளியிடும் மின்விளக்குகளின்பால் ஈர்க்கப்பட்டு, அந்த விளக்கின் ஒளி தாங்காமல் உயிரை மாய்த்துக்கொள்ளும். இது அந்தப்பூச்சிகளுக்கு பெரிய சவாலாக உள்ளது. அதுமட்டுமின்றி விவசாய நிலங்களில் பிற உயிரினங்களை கணக்கில் கொள்ளாமல், இரசாயனங்களை அளவுக்கதிகமாக பயன்படுத்துவதும் இவற்றிற்கு பெரும் சவாலாக அமைந்துள்ளது. சுமார் ஒரு லட்சத்து எண்பதாயிரம் செதிலிறகிகள் வரிசையில் வகைப்படுத்தப்பட்டுள்ள உயிரினங்கள் பதிவு செய்யப்பட்டுள்ளது. அதாவது இது இதுவரை பதிவு செய்யப்பட்டுள்ள உயிரினங்களின் சுமார் 10 சதவிகிதம் ஆகும். அத்தகைய பெரும் எண்ணிக்கையில் உள்ள உயிரினங்கள் மனிதர்களின் அலட்சியப் போக்கால் நேரடியாக பாதிக்கப் படுகிறது என்றால் உலகின் சமநிலை தடுமாறுகிறது என்பது திண்ணம்.

வரம் 28: தவளை

வனப் பணிக்கு சேர்ந்த பின்னர் பல்வேறு வகையான காட்டுயிரினங்கள் தொடர்புடைய குற்றங்களையும் வழக்குகளையும் பார்த்துவிட்டேன். பொதுவாக முயல், காட்டுப்பன்றி போன்ற விலங்கினங்களை உணவுக்காகவும் இறைச்சிக்காகவும் வேட்டையாடப்பட்ட வழக்குகளை நான் பார்த்து இருக்கிறேன். ஆனால் சற்று வித்தியாசமாக, கன்னியாகுமரி மாவட்டத்தில் சமூக வலைதளங்களில் மிகவும் சுறுசுறுப்பாக இயங்கி வந்த சில இளைஞர்கள் பச்சை தவளைகளை வேட்டையாடி, அதை கறி சமைத்து, உணவு உண்டது மட்டுமல்லாமல், அதை சமூக வலைதளங்களிலும் பதிவேற்றம் செய்தனர். அது எங்களின் கவனத்திற்கு வந்த பின்னர், எங்கள் வன பாதுகாப்பு படையின் சில வனப் பணியாளர்கள் அவர்களிடம் சமூக வலைதளங்களில் நட்பாக உறவாட ஆரம்பித்து, அவர்களுடைய இருப்பிடத்தை கண்டறிந்தோம். பின்னர் அவர்கள் மீது வழக்கு பதிவு செய்யப்பட்டது. இதை கேட்கும் பலருக்கும் தவளைகள் பாதுகாக்கப்பட்ட உயிரினங்கள் என்பது இதுவரை தெரியாத தகவலாக இருக்கலாம். வன உயிரின பாதுகாப்பு சட்டம் 1972ன் கீழ் நன்னீர் தவளைகள் அனைத்துமே பாதுகாக்கப்பட்ட உயிரினங்கள். அவற்றிற்கு சேதம் விளைவித்தல், அவற்றை வேட்டையாடுதல் ஆகியவை இச்சட்டத்தின்படி குற்றமாகும். தவளைகள் இத்தகைய பாதுகாப்பை பெறுகிறது என்றால் சுற்றுச்சூழலில் அவை அவ்வளவு முக்கியத்துவம் வாய்ந்ததா? அவற்றால் மனிதர்களாகிய நமக்கும் சுற்றுச்சூழலுக்கும் என்ன பயன் என்பதை பார்க்கலாம்.

உலகம் முழுவதும் ஏழாயிரத்து நூறுக்கும் அதிகமான தவளை இனங்கள் உள்ளது. இந்தியாவில் சுமார் 450 வகையான தவளை இனங்கள் உள்ளது. அவற்றில் சுமார் 350 வகையான தவளை இனங்கள் மேற்குத் தொடர்ச்சி மலைகளில் காணப்படுகிறது. அவற்றில் பெரும்பான்மையானவை மேற்கு தொடர்ச்சி மலைகளின் ஒரிட வாழ்விகள் (Endemic) அதாவது இத்தவளையினங்களை மேற்கு தொடர்ச்சி மலைகளில் மட்டுமே காணலாம். இவ்வுயிரினங்களை உலகில் வேறு எங்குமே காண இயலாது. பொதுவாக தவளைகளை நாம் அனைவருமே பார்த்திருப்போம். சில வருடங்களுக்கு முன்பு வரை மழைக்காலம் வந்தாலே இரவு நேரங்களில் இரைச்சல் ஏற்படுத்தும் ஒரு விலங்கினமாகவும் வீடுகளுக்கு வந்து தரிசனம் தரும் விலங்கினங்களாகவும் தான் தவளைகளை நமக்குத் தெரியும். அதுமட்டுமின்றி கும்மிருட்டான பகுதியின் கொடூரத்தை மேலும் அதிகப்படுத்தி நமக்குள் பயத்தை கிளறச் செய்வதற்கும் காலங்காலமாக தவளைகளின் சத்தமே திரைப்படங்களிலும் கதைகளிலும் உபயோகப்படுத்தப்படுகிறது. ஆகவே தவளைகளை பார்த்திருக்காவிட்டாலும் அவற்றின் சத்தத்தையாவது குறைந்தபட்சம் கேட்டிருப்போம்.

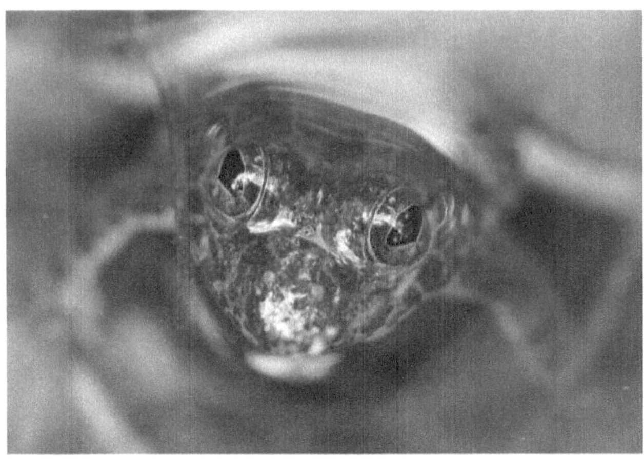

தவளைகள் இரவாடிகள் என்பதால் பொதுவாக அவற்றின் வாழ்க்கை முறையைப் பற்றி பலருக்கும் தெரிந்திருக்க வாய்ப்பில்லை. இவ்வுலகில் முதன் முதலில் நீரில் உயிர் தோன்றி பரிணமித்த பின்னர் நீரிலிருந்து நிலத்திற்கு வந்த முதல் உயிரினங்கள் தவளையினங்களே. இவை இருவாழினங்கள் ஆகும். இருவாழினங்கள் என்றால் நீரிலும் நிலத்திலும் வாழும் உயிரினங்கள் என்று பள்ளி காலம் முதலே நம்பப்பட்டு வருகிறது. ஆனால் நிதர்சனம் என்னவென்றால் அவ்வுயிரினங்கள் தங்கள் வாழ்க்கை சுழற்சியை முழுவதுமாக முடித்துக்கொள்ள நீரின் அவசியம் இன்றியமையாதது. அதாவது, வாழ்க்கை சுழற்சியில் சில காலத்தை நீரில் கழிக்கும். மீதியுள்ள காலத்தில் நிலத்தில் வாழும்.

தவளைகள் பொதுவாக மழைக்காலங்களில் இணைக் கவர்தலில் ஈடுபடும். ஆண் தவளைகள் பெண் தவளையை விட அளவில் சிறியதாக இருக்கும். பொதுவாக தவளைகளிடம் வெளிக் கருவுறுதல் முறையைக் காணலாம். அதாவது பெண் தவளை முட்டையிட்டவுடன் அந்த முட்டையை ஆண் தவளை

தனது விந்தணுக்களைச் செலுத்தி கருவுற செய்யும். பெண் தவளைகள் கொத்து கொத்தாக முட்டைகள் இடும். முட்டைகளில் ஓடு எதுவும் இல்லாததால், அவற்றைப் பாதுகாப்பதற்காக நீரின் தேவை அவசியமாகிறது. நீரில் இடப்பட்ட முட்டைகள் ஒன்றிலிருந்து இரண்டு நாளில் பொரித்து தலைபிரட்டையாக உருமாறும். தவளை இனங்கள் இனத்தைப் பொறுத்து இரண்டிலிருந்து ஐம்பதாயிரம் வரை முட்டைகள் இடும் சக்தி கொண்டது.

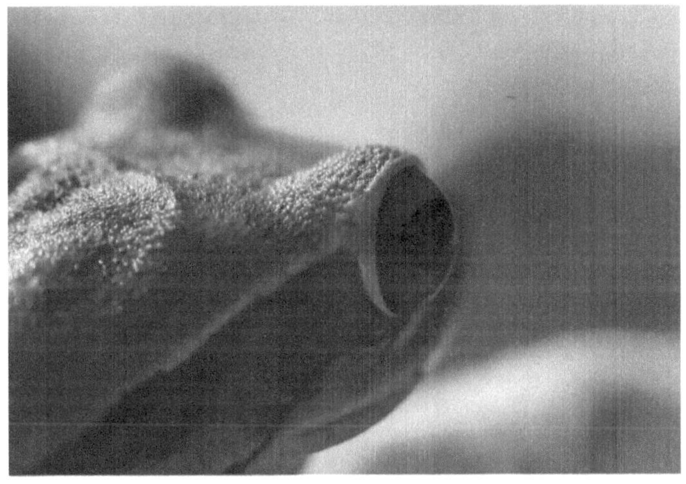

தலைப்பிரட்டையாக வாழும் காலகட்டத்திலும் தண்ணீரின் தேவை மிக அவசியம். தலை பிரட்டைகள் நீரிலேயே வாழும். மேலும் ஒரு தவளையால் இடப்பட்ட முட்டைகளில் இருந்து வெளிவந்த தவளைகளால் தங்கள் உடன் பிறந்தவர்களை இனங்காண முடியும். அதாவது தங்களின் சகோதர சகோதரிகளை அவற்றிற்கு அடையாளம் காணமுடியும். ஆண் தவளை பொதுவாக தன்னால் கருவுறப்பட்ட முட்டைகளையும், தனக்குப் பிறந்த தலைபிரட்டைகளையும் மற்ற தவளைகளிடமிருந்தும், கொன்றுண்ணிகளிடமிருந்தும் பாதுகாக்கும். பின்னர் தலை பிரட்டையிலிருந்து தவளையாக உருமாறியதும்

நிலத்தில் வாழ ஆரம்பிக்கும். நிலத்தில் வாழ்ந்தாலும் நீர்நிலைகளுக்கு அருகில் இருக்கும் ஈரநிலங்களே அவற்றின் வாழ்வதற்கான முதல் தேர்வு. அதுவும் தவிர நமது வீடுகளில் சில சமயங்களில் நிலத்தில் வாழும் தவளையினங்களை காண்பதுண்டு. அவை தேரைகள். பொதுவாக தவளைகள் நீரிலும் நீர் சார்ந்த இடங்களிலும் வாழும். தேரைகள் நிலத்தில் வாழும். மேலும் தவளையின் தோல் வழுவழுப்பாக ஈரப்பதத்துடன் காணப்படும். தேரைகளின் தோல் கரடுமுரடாக காணப்படும். தவளையின் பின்னங்கால்கள் துள்ளுவதற்கு வசதியாக நீண்டு காணப்படும். இந்த விதிகள் அனைத்திற்கும் விதிவிலக்கும் உண்டு.

தலைப்பிரட்டை

தவளைகள் பொதுவாகவே கொன்றுண்ணிகள். பூச்சிகள், பல்லிகள் மற்றும் மற்ற சிறு தவளைகள் போன்றவற்றை உண்டு, அவற்றின் எண்ணிக்கையை கட்டுக்குள் வைப்பதில் தவளைகள் பெரும் பங்கு வகிக்கின்றன. மேலும் பாம்புகள், நாரைகள், வவ்வால், சிலந்தி போன்ற உயிரினங்களுக்கு உணவாகவும் விளங்குகிறது. தவளைகள் ஒரு உணவு வலையில் இடைநிலையில்

விளங்குவதால், தவளைகளின் எண்ணிக்கை சரியான அளவில் காணப்பட்டால், அந்த உணவு வலை முழுவதுமே ஆரோக்கியமாக இருப்பதாகக் கொள்ளலாம். அதாவது, தவளை உண்ணும் உயிரினங்களும் எண்ணிக்கையில் சரியாக உள்ளது என்றும், தவளையை உண்ணும் உயிரினங்களும் எண்ணிக்கையில் சரியாக உள்ளது என்றும் கொள்ளலாம். ஆகவே உணவு வலையின் சமநிலையையும் சுற்றுச்சூழலின் ஆரோக்கியத்தையும் சுட்டிக்காட்டும் உயிரினமாக தவளைகள் விளங்குகின்றது. அதுமட்டுமின்றி, தலைப்பிரட்டை நிலையில் இருக்கும் பொழுது அவற்றின் உணவு பாசி மற்றும் கொசுக்களின் முட்டைகள் மட்டுமே. மனிதர்களுக்கு பெரும் அச்சுறுத்தலை ஏற்படுத்தக்கூடிய கொசுக்களின் எண்ணிக்கையை கட்டுக்குள் வைப்பதில் தவளைகளின் பங்கு மிகப் பெரியது. மேலும் தவளையின் வாழ்க்கை சுழற்சியை நல்லபடியாக கொண்டு செல்வதற்கு நீர்நிலைகளின் தேவை மிகவும் அவசியமாகிறது. மேலும் தலைப்பிரட்டை நிலையில் அவசியமாக நன்னீர் தேவைப்படுகிறது. நன்னீர் இருந்தால் மட்டுமே தவளைகளால் அவற்றின் வாழ்க்கை சுழற்சியை இயக்க இயலும். ஆகவே நன்னீர் ஆதாரங்களை சுட்டிக்காட்டும் உயிரினமாகவும் தவளைகள் விளங்குகின்றன. முட்டை நிலையில் அவற்றை பாதுகாப்பதற்கு ஓடு இல்லை என்று பார்த்தோம். முழுவதுமாக தவளையாக வளர்ந்த பின்னரும் கூட மற்ற விலங்கினங்களைப் போல ரோமங்களோ செதில்களோ அதாவது மற்ற உயிரினங்களைப் போல எந்த வெளிப்புற உறையும் அதை பாதுகாப்பதற்கு இல்லாததால், சுற்றுப்புறச் சூழலில் சிறு மாற்றங்கள் கூட தவளைகளை அதிகமாகப் பாதிக்கும் வாய்ப்புகள் உண்டு. ஆகவே சுற்றுப்புறச் சூழலின் ஆரோக்கியத்தையும் காலநிலை மாற்றத்தையும் குறிக்கும் உயிரினங்களாகவும் தவளைகள் விளங்குகின்றன. மனிதர்களுக்கும் அவர்கள் வாழும் இந்த பூமிக்கும் இவ்வளவு நன்மைகள் செய்யும் தவளைகள் கண்டிப்பாக பாதுகாக்கப்பட வேண்டியனவையே.

வரம் 29: பல்லி

நம்முடன் நெருங்கி பழகும் காட்டு உயிரினங்களில் நேர்மறையான நம்பிக்கைகளுடனும் எதிர்மறையான நம்பிக்கையுடனும் நாம் தொடர்பு படுத்திக்கொள்ளும் உயிரினம் ஒன்று உண்டென்றால், அவை பல்லிகளே. உதாரணமாகப் பார்த்தால், கெவுளி சத்தம் கேட்டால் நல்ல சகுணம் என்று நம்பிக்கை உண்டு. அதே பல்லி மேலே விழுந்தால் கெட்ட சகுனம் என்றும் பஞ்சாங்கத்தை உடனடியாக பார்க்கும் பழக்கமும் பரவலாக நம்மிடம் உண்டு. இந்த அத்தியாயத்தில் நமது வீடுகளுக்கு அடிக்கடி வருகை தரும் பல்லியை பற்றி மட்டுமன்றி, பல்லி இனத்தை உள்ளடக்கிய கெவுளி, விசிறிவால் பல்லிகள், ஓணான், பச்சோந்தி, அரணை, உடும்பு போன்ற பலப்பல விலங்கினங்களை உள்ளடக்கிய பல்லிகளின் இனத்தைப் பற்றி பார்க்கப்போகிறோம்.

ஒரு காலத்தில் இவ்வுலகையே பல்லி இனங்கள்தான் ஆண்டன. ஆம்!! நம் அனைவருக்கும் திகிலூட்டுவதும், அளவில் மிகப் பெரியதுமான டைனோசர் இனங்கள் பல்லி இன வகையைச் சார்ந்தவையே. ஒரு காலத்தில் இவ்வுலகிலேயே மிகவும் செல்வாக்கு வாய்ந்த உயிரினமாக வாழ்ந்த பல்லி இனங்கள் இன்று அழுக்கானதாகவும் அருவருப்பானதாகவும் வெறுத்து ஒதுக்கப்படுகிறது.

இவ்வுலகில் உயிர் நீரில் தோன்றிய பிறகு, கொஞ்சம் கொஞ்சமாக நிலத்திற்கு நகரத் தொடங்கியது. அவ்வாறு நீரிலிருந்து இருவாழினங்கள் (Amphibians) நிலத்திற்கு நகர்ந்ததும், அவை பரிணாம வளர்ச்சி பெற்று ஊர்வன வகைகள் (Reptiles) தோன்றின. இந்த அத்தியாயத்தில் பார்க்க இருக்கும் பல்லிகளும், நினைத்தாலே நடுநடுங்க வைக்கும் பாம்புகளும் ஊர்வன வகையைச் சார்ந்தவையே. இப்பல்லிகளின் வாழிடச் சூழலில் மரங்கள், தரை மற்றும் மண்ணுக்கு அடியில் என்று பல்வேறு வகைகள் அடக்கம். தான் வாழும் சூழலுக்கேற்றவாறு, ஒவ்வொரு பல்லியினத்தின் உடலமைப்பும் மாறுபடும். உதாரணமாக, வாழிட சூழலுக்கு ஏற்றவாறு அதன்

கால்கள் வடிவமைக்கப்பட்டிருக்கும். மேலும் உருமறைப்பு திறனும் வாழிடச் சூழலுக்கேற்றவாறு, பல்லிகளுக்கு அமைந்துள்ளது. உதாரணமாக, உருமறைப்புக்கென்றே பெயர்போன பச்சோந்திகள் மிக வேகமாக மிக குறைந்த நேரத்தில் தன் இருப்பிடத்திற்கு ஏற்றவாறும் சூழ்நிலைக்கு ஏற்றவாறும் தன்னுடைய உருவத்தின் வண்ணத்தை மாற்றிக் கொள்ளும். உதாரணமாக, அதை யாராவது உற்று நோக்கிக்கொண்டிருப்பதாக அது உணர்ந்து விட்டால், உடனடியாக அது இருக்கும் சூழலின் நிறத்தை அதுவும் கொண்டுவிடும். மேலும் பாம்புகளைப் போலவே தோலுரித்தல் நிகழ்வு பல்லிகளிலும் உண்டு. ஆனால் பாம்புகளைப் போல தனது முழு உடலுக்கும் தோலை உரிக்காமல், சில பகுதிகளை மட்டும் சிறு சிறு துண்டுகளாக தோலை உரித்து, உரித்த தோலை தானே உண்டு விடும். இந்த இயல்புகள் அனைத்துமே இவ்வுலகில் பிழைத்து வாழ்வதற்கான உத்திகளே. இவற்றைத் தவிர மேலும் ஒரு முக்கியமான பிழைப்பிற்கான இயல்பு நமது வீட்டு பல்லிகளிடம் பார்க்கலாம். ஏதேனும் ஒரு கொன்றுண்ணி விலங்கினத்திடமிருந்து ஆபத்தை உணர்ந்தால் பல்லிகள் உடனடியாக தனது வாலை தானே துண்டித்து விடும். துண்டிக்கப்பட்ட வால் ஒரு உயிரினம் போல துடித்துக்கொண்டிருக்கும். இது அந்த கொன்றுண்ணி விலங்கினத்தின் கவனத்தை திசை திருப்புவதற்காகவே. அந்த சமயத்தில் பல்லிகள் தப்பித்துவிடும். துண்டிக்கப்பட்ட வால் மீண்டும் வளர்ந்துவிடும் என்பது கூடுதல் சிறப்பு.

மற்ற காட்டு உயிரினங்களைப் போலவே பல்லிகளுக்கிடையேயும் இணைச் சேர்தலுக்காக ஆண்களுக்கு இடையே போட்டி உண்டு. ஆண் துணை இல்லாமல் இனவிருத்தி செய்யும் பல்லி இனங்களும் உண்டு. மேலும் பொதுவாக, பல்லி இனங்களில், அடுத்த தலைமுறை குழந்தைகளுக்கு பெற்றோர்கள் வழங்கும் பாதுகாப்போ கவனிப்போ இல்லை.

சூழலியலில் பல்லிகளின் பங்கை பார்த்தோமானால், பூச்சிகள், கரையான்கள், எறும்பு, ஈசல் போன்றவற்றை உணவாக உண்டு அவற்றின் எண்ணிக்கையை கட்டுக்குள் வைப்பதில் பெரும் பங்கு வகிக்கிறது. மேலும் கழுகு, நரி, பாம்பு, ஆந்தை போன்ற கொன்றுண்ணி விலங்கினங்களின் உணவாகவும் விளங்குகிறது. ஆகவே உணவுச் சங்கிலியில் மிக முக்கிய பொறுப்பை பல்லிகள் கொண்டுள்ளது.

மேலும் நமக்கு பரிச்சயமான மற்றுமொரு பல்லியினம் நம் இந்திய உடும்பு ஆகும். இவை வேகமாக ஓடும் திறன் கொண்டது. சுமார் 6 அடி வரை வளரும் தன்மையும் கொண்டது. மேலும் இவற்றின் உணவில் பறவைகளின் முட்டைகள், பூச்சிகள், பிற ஊர்வன வகைகள், மீன்கள் போன்ற பல்வேறு வகையான உயிரினங்கள் உள்ளதால் பல உயிரினங்களின் எண்ணிக்கையை கட்டுக்குள் வைப்பதில் மிக முக்கிய பங்கு வகிக்கிறது. மேலும் இவை இறந்த உயிரினங்களை உண்பதால் தோட்டிகளாகவும் சுற்றுச்சூழலில் செயல்படுகிறது.

இவை பல்வேறு மூட நம்பிக்கைகளுக்காகவும் தோலுக்காகவும் பல இடங்களில் வேட்டையாடப்படுகிறது. இவை வன உயிரின பாதுகாப்பு சட்டம் 1972ன் படி அட்டவணை 1 இல் பட்டியலிடப்பட்டு உச்சபட்ச பாதுகாப்பு பெறுகிறது. இவற்றை வேட்டையாடுவது இச்சட்டத்தின்படி உச்சபட்ச தண்டனைக்குரிய குற்றமாகும். மேலும் இவை அருகிய காட்டு உயிரினங்களின் மீது நடைபெறும் சர்வதேச வர்த்தகத்தை கட்டுப்படுத்துவதற்கு உலக நாடுகளுக்கிடையே ஏற்படுத்தப்பட்ட ஒப்பந்தத்தில் (Convention on International Trade in Endangered Species of Wild flora and fauna – CITES) பின்னிணைப்பு ஒன்றில் (Appendix I) பட்டியலிடப்பட்டு உச்சபட்ச பாதுகாப்பை பெறுகிறது. புலி நகம் (Tiger's claw – *Martynia annua*) என அழைக்கப்படும் தாவரத்தின் காய்களை போல காய்ந்த உடும்பின் உடலிலுள்ள சில பகுதிகள் காணப்படுவதால், மருத்துவ குணம் நிறைந்த அந்த தாவரத்தின் போலியான மாதிரியாக ஏமாற்றப்பட்டு கள்ளச் சந்தைகளில் விற்கப்படுவதற்காகவே உடும்புகள் அதிக அளவில் வேட்டையாடப்படுகின்றன. காட்டு உயிரினங்களின் மீது கள்ளச் சந்தைகளில் நடைபெறும் வர்த்தகத்தைக் குறித்து மற்றொரு சந்தர்ப்பத்தில் விரிவாக பார்க்கலாம். தற்போது,

காட்டு உயிரினங்களின் மீது கள்ளச் சந்தைகளில் நடைபெறும் வர்த்தகங்களில் பெரும்பான்மையானவை போலி மாதிரிகளை கொண்ட ஏமாற்று வேலைகளே என்பதை நினைவில் வைத்துக்கொள்ளுங்கள்.

இந்த அத்தியாயம் பல்லிகளுக்கானது என்பதால், பல்லிகளைப் பற்றி தொடர்வோம். பல்லிகளுக்கு இவ்வுலகில் முக்கியமான எதிரி யார் என்றால், மனிதர்களே. மனிதர்கள் இயற்கையை குறித்து எந்த கரிசனமும் இல்லாமல் இரசாயனங்களை அளவுக்கதிகமாக விவசாயத்தில் பயன்படுத்துதல் பல்லிகளுக்கு மிகப்பெரிய ஆபத்தாக உருவாகியுள்ளது. மேலும் ஊர்வனங்கள் அனைத்துமே குளிர்ந்த ரத்தம் (Cold blooded) உடையவை என்பதால், தன்னுடைய உடலின் வெப்பத்தை அதிகரித்துக்கொள்ள பொதுவாக சாலைகளில் படுத்திருப்பதைக் காணலாம். மிதமிஞ்சிய வேகத்துடன் சாலைகளில் பயணிப்பதால் சாலை விபத்துகளில் ஊர்வன இனங்கள் உயிரிழப்பது வாடிக்கையாகிவிட்டது. சுற்றுச்சூழலின் மேல் அக்கறை இல்லாத வளர்ச்சியினால் ஒருநாள் டைனோசர்களுக்கு ஏற்பட்ட நிலைமை மனிதர்களுக்கும் ஏற்படலாம்.

வரம் 30: மஞ்சள் மூக்கு நாரை

ஒரு காலத்தில் இந்த பூமியில் வனங்கள் மிக அதிக பரப்பளவை கொண்டிருந்தது. அப்போது வனங்களையும் வன வளங்களையும் எந்த விதக் கட்டுப்பாடுமின்றி அனைவரும், அதாவது காட்டு உயிரினங்கள் மட்டுமன்றி மனிதர்களும் உபயோகிக்கும் நிலைமை இருந்தது. காடுகள் சமுதாயத்தின் சொத்தாக இருந்தது. அந்த சமூகத்தில் வாழும் யார் வேண்டுமானாலும் காடுகளுக்கு செல்லலாம், அங்கு உள்ள வளங்களை தன் சொந்த உபயோகத்திற்காக எடுத்துக் கொள்ளலாம் என்ற நிலைமையும் இருந்தது. பின்னர் ஒரு கட்டத்தில் காட்டு வளங்கள் குறைய ஆரம்பித்தவுடன் உலகெங்கிலும் வனச்சட்டங்களின் தீவிரம் அதிகமாகியது. வனங்கள் மற்றும் வன வளங்களை உபயோகிப்பது குறித்து பல்வேறு கட்டுப்பாடுகள் விதிக்கப்பட்டது. பாதுகாக்கப்பட்ட வனப்பகுதிக்குள் நுழைவதே குற்றமாகப் பார்க்கப்பட்டது. இன்றும் இந்த பூமியின் உயிர் கோளத்தின் ஒரு சதவீதம் மட்டுமே மனிதர்கள் மீதம் 99% காட்டுயிரினங்களே ஆகும். இந்த ஒரு சதவீதம் இருக்கும் மனிதர்கள் வனங்களையும் வன வளங்களையும் மீதமிருக்கும் 99 சதவிகித காட்டுயிரினங்களின் நலனை கருத்தில் கொள்ளாமல் ஆக்கிரமித்துக் கொண்டு உள்ளதால், வனங்களை குறித்து மனிதர்களுக்கு பல்வேறு கட்டுப்பாடுகள் விதிக்கப்பட வேண்டியுள்ளது. வனத்துறை ஒரு பகுதியை தனது பாதுகாப்பின் கீழ் எடுத்துக்கொண்டாலே பல்வேறு கட்டுப்பாடுகள் விதிக்கப்படும் என்பதால், எந்த ஒரு இடத்தையும் பாதுகாக்கப்பட்ட காடாக அறிவிப்பதற்கு முன் பல்வேறு சவால்களை துறை எதிர்கொள்ள

வேண்டியிருந்தது. இத்தகைய கட்டுப்பாடுகளும் வனங்களை பாதுகாப்பதும், மனிதர்கள் மற்றும் மனித குலத்தின் நன்மைக்காகவே என்று மக்களுக்கு புரியவைக்க அரும்பாடுபட வேண்டியிருந்தது.

உலகமெங்கிலும் நிலைமை இவ்வாறு இருக்க சில பகுதிகளில் மக்களே முன்வந்து தங்களது சமூகத்தின் பொது சொத்துக்களை வனத்துறையிடம் ஒப்படைத்து பாதுகாத்துக்கொள்ள விளைந்த சம்பவங்களும் உண்டு. அத்தகைய ஒரு பகுதிதான் திருநெல்வேலி மாவட்டத்திலுள்ள கூந்தன்குளம் என்ற கிராமம். இங்கு வனச் சட்டங்களும் பாதுகாக்கப்பட்ட காடுகளும் நடைமுறைக்கு வருவதற்கு முன்பிருந்தே, ஒவ்வொரு ஆண்டும் வலசை வரும் பறவைகளை பாதுகாக்கும் கலாச்சாரம் மக்களிடையே இரண்டறக் கலந்து இருக்கிறது. நீர் பறவைகளுக்கு பெயர்போன இந்த கிராமமானது வன சட்டங்கள் அமலுக்கு வந்தபின் பறவைகள் சரணாலயமாக அறிவிக்கப்பட்டு இன்றும் மக்களின் முழு ஒத்துழைப்புடன் பாதுகாக்கப்பட்ட வனப்பகுதியாக இருந்து வருகிறது.

இத்தகைய பெருமை வாய்ந்த கூந்தன்குளம் கிராமத்தில் எத்தனையோ பறவைகள் இருக்க இந்த அத்தியாயத்தின் நாயகனான மஞ்சள் மூக்கு நாரை மட்டும் அப்படி என்ன சிறப்பு? சில உயிரினங்கள் மிகவும் கவர்ச்சியாக எளிதில் மக்களை ஈர்க்கும் தன்மையுடன் விளங்கும். எத்தனையோ உயிரினங்கள் இருந்தாலும் அவற்றின் பால் மக்களின் ஈர்ப்பு எழுதில் கிடைக்கும். அத்தகைய உயிரினங்களை பாதுகாப்பதற்காக மக்களின் ஆதரவை எளிதில் பெற முடியும். அத்தகைய உயிரினங்களை சூழ்நிலை அடையாள உயிரினங்கள் (Flagship species) என்று குறிப்பிடுவதுண்டு. அதாவது ஒரு குறிப்பிட்ட சுற்றுச்சூழலின் தன்மையையும் சிறப்புகளையும் சவால்களையும் அந்த உயிரினம் சந்திக்கும் சவாலாக எடுத்துரைத்து மக்களிடம் எளிதில் அதைப் பாதுகாப்பதின் முக்கியத்துவத்தை கொண்டு செல்ல முடியும். அவ்வாறு அந்த ஒரு உயிரினத்தை பாதுகாப்பதன் மூலம் அந்த சுற்றுச்சூழலில் உள்ள அனைத்து உயிரினங்களுமே பாதுகாப்பு பெறும். அந்த சுற்றுச்சூழலே பாதுகாக்கப் பட்டதாகும்.

இந்த அத்தியாயத்தின் நாயகனான மஞ்சள் மூக்கு நாரை கண்ணைக்கவரும் வண்ணங்களுடன் மக்களை எளிதில் ஈர்க்கும் தன்மை கொண்டது. ஆண் நாரைகளும் பெண் நாரைகளும் பார்ப்பதற்கு ஒன்று போலவே இருக்கும். ஆனால் ஆண் நாரைகள் பெண் நாரைகளை விட சிறிது அளவு பெரியதாக இருக்கும். இவை உள்ளூர் வலசை (Local migration) செல்லும் தன்மையுடையது. அதாவது நமது நாட்டிலேயே ஒரு பகுதியில் இருந்து மற்றொரு பகுதிக்கு வலசை செல்லும் தன்மை கொண்டது. கூந்தன்குளம் மஞ்சள் மூக்கு நாரைகளின் முக்கிய இனப்பெருக்க களமாகும். இனப்பெருக்க காலத்தில் மிக நீண்ட தூரம் பயணித்து இங்கே வந்துவிடும் இப்பறவைகள். ஆண் நாரைகள் பொதுவாக கூடுகட்டும். ஆண் நாரையின் கூட்டைப் பார்த்து, அந்த கூடு பிடித்திருந்தால் மட்டுமே பெண் நாரை இணை சேர்வதற்கு ஒத்துக்கொள்ளும். பொதுவாக உயரமான கூடுகளை கட்டிய ஆண் நாரைகளை தேர்வு செய்யும். இனச்சேர்க்கைக்கு பெண் நாரைகளை தேர்வு செய்வதில் ஆண் நாரைகளுக்கிடையே மிகக் கடுமையான போட்டி நிலவும். அவ்வாறு போட்டி நிலவும் போது உயரம் அதிகமாக இருக்கும் ஆண் நாரையை பெண் நாரை தேர்வு செய்யும். அவ்வாறு தேர்வு செய்து இனப்பெருக்கம் செய்த பின்னர், குஞ்சு பொரிக்கும். பிறக்கும் குஞ்சுகள் பார்ப்பதற்கு நாரைகளை போலவே இருந்தாலும், கண்கவர் வண்ணங்கள் எதுவுமில்லாமல் சாம்பல் நிற வண்ணத்தில் காட்சி அளிக்கும். குஞ்சுகளை ஆணும் பெண்ணும் முறை வைத்து மாறி மாறி பாதுகாக்கும். குஞ்சுகளுக்கு தேவையான உணவும் ஆண்-பெண் இரு நாரைகளுமே கொண்டு வந்து கொடுக்கும்.

மஞ்சள் மூக்கு நாரைகள் பொதுவாக கூட்டம் கூட்டமாக கூடுகட்டி வசிக்கும் தன்மை கொண்டது. தன்னினத்தோடு மட்டுமல்லாமல், பிற கொக்கினங்கள், நாரை இனங்கள், பிற நீர்வாழ் பறவைகள் உடன் சேர்ந்து கூட்டமாக கூடுகட்டி வாழும் தன்மை கொண்டது. சில கொக்கினங்கள் தங்களின் கூடுகளை இந்த நாரைகளின்

கூடுகளுக்கு கீழே அமைக்கும். நாரைகள் தங்கள் குஞ்சுகளுக்கு உணவு ஊட்டும் போது தவற விடும் மீன் போன்ற உணவுகளை பிடித்து தன் குஞ்சுகளுக்கு ஊட்டி வாழும். ஆக, பிற சிறிய பறவைகளுக்கு நேரடியாகவே அதன் பிழைப்பை உறுதி செய்யும் நிலையில் மஞ்சள் மூக்கு நாரைகள் உள்ளன.

ஆக, கண்கவர் வண்ணங்கள் மட்டுமே இந்த நாரைகளை சூழ்நிலை அடையாள உயிரினமாக பிரபலப்படுத்தி விட்டதா என்றால், அது ஒரு சின்ன பகுதிதான். மஞ்சள் மூக்கு நாரைகளுக்கும் இக்கிராம மக்களுக்குமான தொடர்பு எத்தகையது என்றால், அவை குளங்களில் உணவுக்காக சென்றாலும், பொது மக்களின் வீடுகளில் உள்ள மரங்களில் தான் காலம்காலமாக அவை கூடு கட்டி, இனப்பெருக்கம் செய்து, குஞ்சு பொரித்து, குஞ்சுகளுக்கு பறக்க பயிற்சி அளித்து, பின்பு வேறொரு இடத்திற்கு வலசை செல்கின்றன. பின்பு மீண்டும் அடுத்த வருடம் தங்களுக்கு மிகவும் பிடித்த இனப்பெருக்க களமான கூந்தன்குளத்தை நோக்கி மீண்டும் வருகின்றது. இந்த மக்கள் அந்த பறவைகளின் நம்பிக்கையை எந்த அளவுக்கு சம்பாதித்து இருக்கிறார்கள் என்றால்,

பொதுவாக மனிதர்களைப் பார்த்தால் அச்சப்படும் பறவைகள் இந்த ஊரில் சாதாரணமாக மனிதர்களுடன் தெருக்களில் நடமாடுவதை நானே பார்த்திருக்கிறேன். இந்த பறவைகளுக்காக கொண்டாட்டங்கள், விழாக்கள் போன்ற நிகழ்வுகளில் ஒலிபெருக்கிகளை பொருத்துவது மற்றும் பட்டாசுகள் வெடிப்பதை இந்த மக்கள் புறக்கணித்து இருக்கிறார்கள். இந்த ஊரும் மக்களும் அந்தப் பறவைகளுக்கு தேவையான வசிப்பிடத்தையும் உணவைத் தேட நீர் நிலைகளையும் மிகுதியான நெல் வயல்களையும் அளித்துள்ளது. பறவைகள் அதற்கு கைமாறாக அவற்றின் எச்சங்கள் குளத்திலுள்ள நீரில் கலப்பதால், அவை விவசாய நிலத்திற்கு பயன்படுத்தப்படும்போது விளைச்சலை அதிகரிக்கிறது. ஆகவே இந்த பறவைகளை அந்த கிராமத்தின் செல்வச் செழிப்போடு மக்கள் தொடர்பு படுத்துகிறார்கள். இந்த பறவைகள் மீது இந்த மக்கள் கொண்ட அன்பு எத்தகையது என்றால், ஒரு வருடம் இந்த பறவைகள் தங்கள் கிராமத்திற்கு வரவில்லை என்றால், அதை கெட்ட சகுனமாக கருதும் நம்பிக்கை நிலவி வருகிறது. பறவைகள் வந்தால் மழை நன்கு பொழியும் என்றும் விவசாய மகசூல் நன்றாக இருக்கும் என்றும் நம்பப்படுகிறது. இந்த நம்பிக்கை இங்கு மட்டுமல்ல உலகின் பல இடங்களில் நிலவி வருகிறது. நான் சில வருடங்களுக்கு முன்பு பூடான் நாட்டிற்கு சென்ற போது அங்கும் இதேபோன்று வலசை பறவைகள் தொடர்புடைய நம்பிக்கைகள் நிலவுவதை பார்க்க நேர்ந்தது. ஆகவே இந்த பறவைகள் காலம்காலமாக வலசை வந்து வாழ்ந்து இருந்தால் மட்டுமே மனிதர்கள் செல்வச் செழிப்போடும் ஆனந்தத்துடன் இந்த பூமியில் வாழ இயலும்.